கவிமணி

சுந்தர ராமசாமி

கவிமணி

தொகுப்பு
அரவிந்தன்

காலச்சுவடு பதிப்பகம்

அன்பார்ந்த வாசகருக்கு,

வணக்கம்.

காலச்சுவடு நூலை வாங்கியமைக்கு நன்றி.

நூலின் உள்ளடக்கம், உருவாக்கம், அட்டைப்படம் இன்ன பிற அம்சங்கள் பற்றிய உங்கள் கருத்துகளையும் ஆலோசனைகளையும் காலச்சுவடு வரவேற்கிறது. தகவல், எழுத்து, வாக்கியப் பிழைகள் தென்பட்டால் கட்டாயம் தெரிவித்து உதவுங்கள். நூல் தயாரிப்பில் கடும் குறைபாடு இருப்பின் மாற்றுப் பிரதி உங்களுக்குக் கிடைக்கக் காலச்சுவடு ஏற்பாடு செய்யும்.

மின்னஞ்சல்: publisher@kalachuvadu.com

காலச்சுவடு நாகர்கோவில் தலைமையகத்துக்கும் கடிதம் அனுப்பலாம்.

தங்கள்
எஸ்.ஆர். சுந்தரம் (கண்ணன்)
பதிப்பாளர் – நிர்வாக இயக்குநர்

கவிமணி ❖ நினைவுக் குறிப்புகள் ❖ **ஆசிரியர்:** சுந்தர ராமசாமி ❖ © கமலா ராமசாமி, அரவிந்தன் ❖ முதல் பதிப்பு: டிசம்பர் 2019 ❖ வெளியீடு: காலச்சுவடு பப்ளிகேஷன்ஸ் (பி) லிட்., 669, கே.பி. சாலை, நாகர்கோவில் 629001

காலச்சுவடு பதிப்பக வெளியீடு: 951

kavimaNi ❖ Reminiscences ❖ Author: Sundara Ramaswamy ❖ © Kamala Ramaswamy, Aravindan ❖ Language: Tamil ❖ First Edition: Decmber 2019 ❖ Size: Crown 1 x 8 ❖ Paper: 18.6 kg maplitho ❖ Pages: 80

Published by Kalachuvadu Publications Pvt. Ltd., 669, K.P. Road, Nagercoil 629001, India ❖ Phone: 91-4652-278525 ❖ e-mail: publications@kalachuvadu.com ❖ Wrapper printed at Print Specialities, Chennai 600014 ❖ Printed at Mani Offset, Chennai 600077

ISBN: 978-93-89820-16-4

12/2019/S.No. 951, kcp 2497, 18.6 (1) ass

பதிப்புரை

பல முக்கியமான ஆளுமைகளுடன் நெருக்கமான நட்பும் உறவும் கொண்டிருந்த சுந்தர ராமசாமி, கவிமணியுடனான தன் உறவின் நினைவுகளை இங்கு பதிவு செய்கிறார்.

சு.ராவின் தீவிர வாசகரான அரவிந்தன் அவரைச் சந்தித்து உரையாடிப் பதிவு செய்ததைப் பிரதி எடுத்தவர் பி.ஆர். மகாதேவன்.

நினைவோடை வரிசையில் பதின்மூன்றாவது நூல் இது. இதே வரிசையில் வந்துள்ள க.நா.சு., சி.சு. செல்லப்பா, கிருஷ்ணன் நம்பி, ஜீவா, பிரமிள் குறித்த பதிவுகள் அனைத்தும் சுந்தர ராமசாமியால் பார்வையிடப்பட்டுச் செம்மைப் படுத்தப்பட்டவை. அவரது மறைவுக்குப் பின் வெளிவந்த ஜி. நாகராஜன், தி. ஜானகிராமன், கு. அழகிரிசாமி, தொ.மு.சி. ரகுநாதன், நா. பார்த்த சாரதி, ந. பிச்சமூர்த்தி பற்றிய பதிவுகளும் கவிமணி பற்றிய இந்தப் பதிவும் உரையாடலின் எழுத்து வடிவமாகவே அமைந்தவை.

பதிப்பாளர்

குறிப்பு

இந்நினைவுக் குறிப்புகளை நான் நண்பர் அரவிந்தனிடம் சொல்லும்போது என் நினைவை மட்டும் அடிப்படையாக வைத்தே சொல்லி யிருக்கிறேன். சொன்ன நேரத்தில் நினைவுக்கு வந்தவை மட்டுமே இதில் இடம்பெற்றிருக் கின்றன. இந்நினைவுக் குறிப்புகள் புத்தக உருவம் பெற்றுப் படிக்க நேர்ந்தபோது, சொல்லாத சில நினைவுகளும் மனதிற்குள் வந்தன. அவற்றை எழுதிச் சேர்க்க அவசியமான சமய வசதி எனக்கு இப்போது இல்லாமல் இருக்கிறது.

பல எழுத்தாளர்களுடனான முதல் சந்திப்பு என் நினைவில் போதிய தெளிவுடன் இல்லையோ என்று சந்தேகப்படுகிறேன். ஒருசில வருடங்கள் துல்லியமாக இல்லாமலிருக்கலாம். அதிகபட்சம் அவை ஒன்றிரண்டு வருடங்கள் முன்பின்னாக அமைந்திருக்க வாய்ப்புண்டு.

நாகர்கோவில் **சுந்தர ராமசாமி**
09.02.05

தளியல் என்கிற கிராமம் நான் பிறந்த ஊர். தழுவிய மஹாதேவர் கோவில் என்கிற பெயரின் சுருக்கம். நாகர்கோவிலின் வடக்கே இருக்கும் வடசேரி கிராமத்தின் ஒரு பகுதியே அந்த ஊர். எங்கம்மாவின் அப்பா – என் தாத்தா அங்கு குடியிருந்தார். அவர் சொல்லித்தான் கவிமணி என்னும் கவிஞர் தளியலை அடுத்து இருந்த கிராமமான புத்தேரியில் வசிக்கிறார் என்பதை அறிந்தேன். அந்த வயதில் அவரின் முக்கியத்துவத்தை என்னால் உணர முடியவில்லை. தாத்தா சொன்ன முறையில்தான் அதற்கு முக்கியத்துவம் ஏற்பட்டது. தாத்தாவும் கவிமணி தேசிக விநாயகம் பிள்ளையும் நெருக்கமான நண்பர்கள். கவிமணிக்கு உடல்நிலை சரியாக இருந்த காலங்களில் வாரத்திற்கு இரண்டு, மூன்று நாள் தளியலுக்கு வந்து தாத்தாவிடம் பேசிக்கொண்டிருந்துவிட்டுப் போவார். அவருக்கு நடமாட்டம் குறைந்து, வெளியில் வரமுடியாது என்கிற நிலைமை ஏற்பட்டபோதுதான் புத்தேரி அருகிலேயே இருப்பதால் தாத்தா மாலை நேரம் வயற்காடு வழியாக நடந்து கவிமணியைப் பார்க்கப் போவார். பேசிக்கொண்டிருந்துவிட்டு, அவர் தயாராக வாங்கிவைத்திருக்கும் 'இந்து' தினசரியை வாசித்துக் காட்டுவார்.

சி. தேசிகவிநாயகம் பிள்ளை என்பதுதான் அவருடைய பெயர். தாத்தா என்னிடம் அவரைப் பற்றிச் சொல்லும்போது, கவிமணி என்கிற பெயர் பிரபலமாகவில்லை. தாத்தா அவரை சிடி (CD) என்றுதான் குறிப்பிடுவார். பாட்டி, மாமாவிடம் இன்று மாலை சிடி வந்தாரா என்றுதான் கேட்பார். ஒரு தடவை நான் யார் என்று கேட்டபோதுதான் அவர் பள்ளி ஆசிரியராக இருந்து ஓய்வு பெற்றவர் என்று தெரிந்துகொண்டேன். குழந்தைகள் ஏதாவது கேள்வி கேட்டால் புரிகிறதோ இல்லையோ விரிவாகத்தான் பதில் சொல்லுவார். அது அவருடைய சுபாவம். "அவர் முக்கியமான கவிஞர். ஆங்கிலத்தில் பொயட் என்று சொல்லுவார்கள். அவருக்குச் சமூகத்தில் நல்ல பெயர்" என்றெல்லாம் சொல்லி, கவிமணி மீது என் மனதில் முக்கியத்துவத்தை ஏற்படுத்தினார் தாத்தா. நானும் உங்கள்கூடக் கவிமணியைப் பார்க்க வருகிறேன் என்று சொல்லியிருந்தால் தாத்தா சுலபமாக அழைத்துப் போயிருந்திருப்பார்.

எனக்கு அவர்கூடப் போகவேண்டுமென்று தோன்ற வில்லை. அதுவும் ஒரு காரியத்துக்கு நல்லதுதான். கவிதை என்றோ, கவிஞர் என்றோ, அர்த்தம் மனதில் பதியாத சிறுவனுக்கு, அவருடைய தோற்றம், உடல்நிலை சரியில்லாமல் இருப்பது என்பதெல்லாம் சாதாரண அபிப்பிராயத்தை ஏற்படுத்தி இருக்கும். இந்த ஆளை எதற்காக மற்றவர்கள் புகழ்கிறார்கள் என்ற புரியாதநிலை உருவாகிவிடும்.

அந்தக் கிராமத்தில் உள்ளவர்களுக்கு அந்த மாதிரி அபிப்பிராயம் இருந்தது. அவர் என்ன காரியம் செய்கிறார், வெளி உலகத்தில் அவரைப் பற்றி என்ன நினைக்கிறார்கள் என்பது அவர்களுக்குத் தெரியாது.

என்னுடைய இருபதாவது வயதில் புதுமைப்பித்தனுக்கு மலர் வெளியிட வேண்டும் என்னும் எண்ணம் வந்துபோது எனக்கு அச்சகங்கள் பற்றியோ வேறு விஷயங்கள்

பற்றியோ எந்த அறிவும் கிடையாது. நண்பர்களிடம் விசாரித்ததில் கோட்டாற்றில் கவிஞர் தே.ப. பெருமாள், முழுப்பெயர் தே. பகவதி பெருமாள், இந்த மாதிரி விஷயங்களில் ஈடுபாடுடையவர், அவரே முன்பு பதிப்பகம் வைத்திருந்தார், அவரைப் பார்க்கலாம் என்றார்கள். நானாகவே தனிப்பட்ட முறையில் போய் அவரைப் பார்த்தேன். கதர் வேஷ்டி கட்டி, சட்டை இல்லாமல் மாடியில் உட்கார்ந்திருந்தார். அப்படி அவரைப் பார்த்தது என்னுடைய பின்னணியில், கூச்சமாக இருந்தது. கவிஞராக கற்பனை செய்துகொண்டிருந்ததற்கு மாறான தோற்றத்தில் இருந்தார். ஆனால் சகஜமாகப் பேசிக்கொண்டிருந்தார். புதுமைப்பித்தனைப் பற்றி சொன்னதும் கவிதையில் ஈடுபாடு உள்ளவரே தவிர உரைநடையில் ஈடுபாடுள்ளவர் இல்லை என்பது தெரிந்தது. பழந்தமிழ் கவிதைகள் முதல் பாரதி, பாரதிதாசன், கவிமணிவரை படித்திருக்கிறார்.

என்ன உதவி வேண்டுமானாலும் செய்யத் தயாராக இருந்தார். அப்பொழுதுள்ள எழுத்தாளர்கள் யார், யார்? எப்படி மலருக்கு அவர்களிடம் மேட்டர் கேட்க வேண்டும்? என்பது போன்ற எந்த விஷயமுமே தெரியாமல் இருந்தேன். அவர்தான் மனப்பூர்வமாக உதவிகள் செய்தார். புதுமைப்பித்தன் மலர் நினைத்ததைவிட மிகவும் தாமதமாகத்தான் வெளிவந்தது. அந்தக் காரணத்தினாலேயே எனக்கும் அவருக்கும் உள்ள பழக்கம் அதிகமாயிற்று. மலர் விற்பனைக்கும் அவரால் முடிந்த உதவிகள் செய்தார். அதன் பின்னும் அவரிடம் உறவு தொடர்ந்தது. என் ஆரம்பகால எழுத்துக்களில் அவருக்கு ஈடுபாடு ஏற்படவில்லை. டிஸ்கரேஜ் பண்ணி பேசக்கூடாது என்பதற்காக சரளமான மொழி, தெளிவாகச் சொல்கிறாய், புதுமையாக எழுதுகிறாய் என்பது போன்ற பொதுவான வார்த்தைகளால் பாராட்டுவார்.

அவருக்குக் கவிமணியை நன்கு தெரியும் என்பது ஒருநாள் பேச்சில் வெளிப்பட்டது. வாரத்தில் ஒரு நாளாவது பார்ப்பேன். நண்பர் என்கிற உறவில்

இல்லாமல் வேறு தளத்தில் வைத்துப் பார்ப்பேன் என்று சொல்லலாம் என்றார். கவிமணியைச் சந்திக்க ஆசைப்படுகிறேன் என்றதும் அவரும் இளைஞர்களைப் பார்க்க ஆசைப்படுவார்; போவோம் என்றார். அவரைச் சந்திக்க பஸ்ஸில் போன காட்சி இன்னும் பசுமையாக நினைவிலிருக்கிறது. புத்தேரிக்குப் போகும் பாதையில் மிகப் பெரிய குளம் உள்ளது. நாகர்கோவிலில் ஊருக்கு உள்ளும் வெளியிலும் நிறைய குளங்கள் அழிந்துபோனாலும் புத்தேரி குளம் அப்படியே இருக்கிறது. அந்தக் குளக்கரை வழியாக பஸ்ஸில் போனது, அந்தக் குளத்தில் அடித்த அலைகள், குளிர்ந்த காற்று எல்லாம் நினைவில் நிற்கிறது.

அங்கு போனதும் பரபரப்பாக இருந்தேன். அதற்கு முன்னால் இதுபோன்ற முக்கியமான ஆளைப் பார்த்ததில்லை. கவிமணி கட்டிலில் படுத்திருந்தார். அறிமுகம் முடிந்ததும், என்னை அங்கிருந்த முக்காலியில் உட்காரும்படி சொன்னார். பெருமாளும் கட்டிலுக்கு அருகில் பேசுவதற்கு வசதியாக மற்றொரு முக்காலியைப் போட்டுக்கொண்டு அமர்ந்தார். அவருக்கு எக்ஸிமா நோய். பார்க்க வருகிறவர்களுக்குக் கஷ்டமாக இருக்கக்கூடாது என்பதற்காக கைகள் உட்பட உடம்பு முழுவதையும் போர்த்தி வைத்திருந்தார்கள். இருவரும் பேசிக் கொண்டார்கள். தமிழ் இலக்கியம் சம்பந்தமாகத்தான் பேசிக்கொண்டார்கள் என்றாலும் கூர்ந்து கவனித்தும் எனக்கு எதுவும் புரியவில்லை. ஒரு கட்டத்தில் என்னைத் திரும்பிப்பார்த்தார். கட்டிலுக்கு அருகில் வந்து அமரும்படி சொன்னார். அதன்பின் என்னிடம் நிறைய நேரம் பேசிக்கொண்டிருந்தார். அவருடைய நண்பர் என்னுடைய தாத்தா என்று சொல்லியிருந்தால், எனக்கும் அவருக்கும் நெருக்கம் ஏற்பட்டிருந்திருக்கும். எதனாலோ எனக்கு அது தட்டுப்படவே இல்லை. குடும்பம், படிப்பு, அப்பாவின் வேலை, ஏன் நாகர்கோவில் வந்தீர்கள், கூடப்பிறந்தவர்கள் போன்ற பல விஷயங்களை அக்கறையுடன் விசாரித்தார். எழுதும் ஆர்வம் எப்படி வந்தது என்று கேட்டதும்,

புதுமைப்பித்தன் கதைகள் படித்ததின் மூலம் ஆர்வம் வந்தது என்று சொன்னேன். அவரும் தே.ப. மாதிரி உரைநடை படிப்பது குறைவு.

ஆனால் புதுமைப்பித்தன் பற்றி எதிர்மறையான செய்திகள் அவரது காதில் விழுந்திருக்கின்றன. பு.பி. பெரியவர்களை மதிக்க மாட்டார், எதையும் சுலபமாக ஏற்றுக்கொள்ள மாட்டார், எதற்கும் கேள்விகள் கேட்பார் என்பன போன்ற அபிப்பிராயங்களைக் கேட்டிருக்கிறார். டி.கே.சியும் கவிமணியும் நண்பர்கள். டி.கே.சிக்கு கல்கியுடன் நட்பும் ராஜாஜியிடம் மதிப்பும் உண்டு என்பதால் அவர் மூலம் கல்கியின் கதை கட்டுரை, ராஜாஜியின் கதைகள் எல்லாம் கவிமணி படித்திருக்கிறார். பெரிய புத்தகங்களெல்லாம் படிக்கக்கூடிய ஆரோக்கியமில்லை அவருக்கு. யாராவதுதான் படித்துக்காட்டவேண்டும். நவீன இலக்கியத்தை பற்றி அவருக்குத் தெரியாது. தொடர்ந்து எழுது. அவசரமாக அச்சில் வரணுமென்று ஆசைப்படக் கூடாது. ஆற, அமர எழுதி, இரண்டு பெரியவர்களிடம் காட்டி, பிறகுதான் அச்சுக்கு அனுப்பவேண்டும். நீ ரொம்ப சிறிய வயது. முதலிலேயே நீ எழுவதெல்லாம் உயர்வாக இருக்கவேண்டுமென்று நினைக்காதே. அதற்கெல்லாம் நல்ல பயிற்சி வேணும் என்றெல்லாம் புத்திமதி சொல்லி அனுப்பினார்.

அவர் நகைச்சுவை உணர்ச்சி உள்ளவர். சம்பாஷணை யில் திறமைசாலி என்று பெருமாள் சொல்லியிருந்தார். இரண்டுமே சரியான விஷயந்தான். பின்னால், அவர் சொன்னதெல்லாம் சரி என்றுதான் பட்டது. அதற்கான சந்தர்ப்பம் எல்லாம் நிறைய உருவாயிற்று. ஆனால் முதல் சந்திப்பில் அதை உணரமுடியவில்லை. சாதாரண கேள்விகள்தாம் என்னிடம் கேட்டார். எங்களுக்குள் விவாதமோ எதுவுமே இல்லாத சமயத்திலே, அவருடைய சம்பாஷணை சம்பந்தமான எந்தத் திறமையும் எனக்குத் தெரிந்துகொள்வதற்கான வாய்ப்பே இல்லை. சொல்லப் போனால் அவருடைய கவிதைப் புத்தகத்தை நான்

பார்த்ததுகூட இல்லை. அந்த அளவுக்குத்தான் என்னுடைய ஈடுபாடு அந்தக் காலத்திலே இருந்திருக்கிறது.

ஏமாற்றம் இருந்தாலும் பெருமாள் சொல்வதால் அவரிடம் ஏதேனும் முக்கியத்துவம் இருக்கலாமென்கிற ஆர்வத்தில்தான் கவிமணியைப் பின்னால் சந்திப்பதற்கான சந்தர்ப்பம் அமைந்தது. அந்த ஆர்வம் தொடர்ந்து, நிரந்தரமாக மனதில் இருக்கக்கூடிய எண்ணமென்றுகூடச் சொல்லலாம். காலப்போக்கில் நானும் பெருமாளும் அவரது இறுதிக் காலம்வரை எவ்வளவோ முறை அவரை சந்தித்திருக்கிறோம். சகஜமாகப் பழகக்கூடிய சுதந்திரம் நாட்பட உருவாகி வந்தது. நான் சொல்கிற விஷயத்தையும் காது கொடுத்துக் கேட்பார். அந்த சாம்பாஷணை எதுவும் இப்பொழுது நினைவிலில்லை. அவர் பேரில் முக்கியத்துவம் இருந்திருக்குமானால், சம்பாஷணைகள் மறக்காமல் இருந்திருக்கலாம். என் ஒரு கதையையேனும் படித்துக்காட்டும்படி சொல்லியிருக்கிறார். இரண்டு, மூன்று முறை ஞாபகப்படுத்தியும் படிக்கவே முடியாத அளவுக்குக் கூச்சம் ஏற்பட்டதால் படித்துக் காட்டவில்லை.

டி.கே.சி. குற்றாலத்திலிருந்தாலும், இப்படி ஒரு கவிஞர் நாஞ்சில் நாட்டில் வாழ்ந்துகொண்டிருக்கிறார் என்பது தெரியாது. அந்தக் கால கட்டத்திலே கவிமணி நாஞ்சில் நாட்டிற்கு மட்டுமே தெரியக்கூடியவராக இருந்தார் என்பதற்கு இது உதாரணம். ஆனாலொன்று. பின்னால் அவருக்கு என்ன முக்கியத்துவம் இருந்ததோ அந்த முக்கியத்துவத்தை யாரும் முன்னாலே உணரவில்லை என்பதும் உண்மை

அந்தப் பத்து வருடங்களில் அவரை வந்து சந்தித்த முக்கியமானவர்களின் பட்டியலை எடுத்துப் பார்த்தோ மென்றால் தமிழ் நாட்டில் வாழ்ந்த ஆளுமைகளின் பட்டியலும் அதுவும் கிட்டத்தட்ட ஒன்றாகத்தான் இருக்கும்.

டி.கே.சி. அடிக்கடி வந்திருக்கிறார். ராஜாஜியும், கல்கியும் டி.கே.சியைப் பார்க்க குற்றாலம் வந்த

சமயங்களில் இங்கு வந்திருக்கிறார்கள். அண்ணாமலை செட்டியார், புகழ்பெற்ற அரசியல்வாதிகள் எனப் பலர். ஜீவா பல தடவை பார்த்திருக்கிறார். காமராஜர், ஈ.எம்.எஸ். நம்பூதிரிபாட் என்று ஒரு சந்தர்ப்பம் இல்லாவிட்டல் மறு சந்தர்ப்பமாக எல்லோருமே சந்தித்திருக்கிறார்கள். ஒரு காலகட்டத்தில் கவிமணியைச் சந்தித்திருக்க வேண்டும், பேசியிருக்கவேண்டும் என்பது முக்கியமானதாக இருந்திருக்கிறது. அந்த வருடங்களில் அவருக்கு ஏன் இந்தளவுக்கு முக்கியத்துவம் வந்ததென்று யோசித்தால், அவர் வாழ்க்கையில் நடந்த மிக முக்கியமான விஷயம் என்றுகூடச் சொல்லலாம்.

டி.கே.சி. காரைக்குடி கம்பர் விழாவுக்கு ஒவ்வொரு வருடமும் போவார். அந்தக் காலகட்டத்தில் கம்பராமாயணத்தை மிக நன்றாகப் படித்தவர்கள் காரைக்குடியில் பத்து பேராவது இருந்திருப்பார்கள். அதிலொருவர் சொ. முருகப்பா. ‘குமரன்’ என்கிற தீவிரமான பத்திரிகையை நடத்திக்கொண்டிருந்தார். அதில் வந்த சி. தேசிகவிநாயகம் பிள்ளையின் ஆசியஜோதி மொழி பெயர்ப்புக் கவிதைகளை டி.கே.சி. படித்திருக்கிறார்.

அவருக்கு அது ரொம்பவும் பிடித்துப்போய், அங்கு வந்த நண்பர்களுக்கு எல்லாம் படித்துக்காட்டியிருக்கிறார். கம்பராமாயணத்தில் நிபுணத்துவமுள்ள சபையில், சாதாரண பத்திரிகையில் வந்த கவிதையைப் படித்துக்காட்டி, மற்றவர்கள் என்ன நினைக்கிறார்கள் என்பதைப் பற்றி கவலைப்படாமல் புகழ்ந்துச் சொல்ல வேண்டுமானால் அதற்குத் தன்னம்பிக்கையும் தைரியமும் வேண்டும். டி.கே.சி. அதை சர்வ சாதாரணமாகச் செய்திருக்கிறார். அந்த மாதிரியான ஆளுமை தமிழ் நாட்டில் அவர் மட்டுந்தான் என்பது ஞாபகத்திற்கு வருகிறது.

டி.கே.சி. பல பத்திரிகைகளிலிருந்தும் பிற ஆட்களிட மிருந்தும் கவிமணியின் கவிதைகளைச் சேகரித்து, இருநூறு பக்க நோட்புக்கில் ஒட்டி வைத்து, குற்றாலத்துக்கு, இரண்டு

மூன்று நாட்கள் தங்கி கம்பராமாயணம் கேட்கவரும் ஆட்களிடம் கவிதைகளை வாசித்துக் காட்டியிருக்கிறார். படித்துக் காட்டிவிட்டு ஒன்று சொல்லியிருக்கிறார். இந்தக் கவிஞர் நாஞ்சில்நாட்டிதான் இருக்கிறார். நாம் அவரைக் கண்டு பிடிக்கவேண்டும் என்று அடிக்கடி சொல்லுவாராம்.

கவிமணி எந்த அளவுக்கு வலுவான கவிஞரோ, அந்தளவுக்கு வலுவான ஆராய்ச்சியாளருங்கூட. உடல்நிலை காரணமாகத்தான் ஆராய்ச்சியில் தொடர்ந்து ஈடுபட முடியாமல் ஆகிவிட்டது. இல்லாவிட்டால் கல்வெட்டு ஆராய்ச்சியிலெல்லாம் மிகப்பெரிய கொடை தமிழுக்குக் கிடைத்திருக்கும். வையாபுரிப் பிள்ளைக்கும், கவிமணிக்கும் கல்வெட்டு ஆராய்ச்சிகளை விவாதிக்கும் அளவுக்கு நெருக்கமான உறவு இருந்திருக்கிறது. டி.கே.சி. வையாபுரிப் பிள்ளையை சந்திக்கும்போதுதான் இந்த உண்மை தெரிந்திருக்கிறது. அவர்தான் டி.கே.சியிடம் கவிமணி நாகர்கோவிலில் இருக்கிறார் என்பதைச் சொல்லியிருக்கிறார். டி.கே.சியின் கட்டுரைகள் கல்கி தீபாவளிமலர், ஆனந்தவிகடன் தீபாவளி மலரிலெல்லாம் மிகவும் முக்கியத்துவம் கொடுத்துப்போட்டிருப்பார்கள். ராஜாஜி, கல்கி, டி.கே.சி. எல்லோருமே ஒரே குழுவைச் சேர்ந்த நண்பர்கள் என்பது தமிழ் வாசகர்களுக்கெல்லாம் தெரியும்.

கவிமணியை முதலில் கௌரவித்தவர் டி.கே.சிதான். அது அவருடைய வாழ்க்கையில் மிக முக்கியமான விஷயம். ஏதோ ஒரு சந்தர்ப்பத்தில் டி.கே.சி. கவிமணியைப் பார்க்க வருகிறார். பின்னால் பல தடவைகள் வந்திருக்கிறார். குற்றாலம் வந்த ராஜாஜி, கல்கி போன்றவர்கள் பார்க்க வருகிறார்கள். ஆனால் எந்தக் காலகட்டமென்பது தெரிய வில்லை.

பொதுவாகக் கவிமணிக்கு விமர்சன மனோபாவம் குறைவு என்று தோன்றும். அவருக்கு உள்ளூரத் தனிப்பட்ட அபிப்பிராயங்கள் இருந்தன. ஏதோ லௌகீகக்

காரணங்களுக்காகத்தான் அதை வெளிப்படுத்தாமல் வைத்துக்கொண்டிருந்திருக்கிறார். நான் புதுமைப்பித்தன் மலர் வெளியிட்டபோது அவர் இறந்து மூன்று வருடங்களாகியிருந்தன. பு.பி. இறந்ததையொட்டி முக்கியத்துவம் வந்ததே தவிரத் தமிழ் நாட்டில் பல முக்கியமான ஆளுமைகள் இருக்கும்போது இவருக்கு எதற்கு இந்தப் பையன் மலர் போடுகிறான் என்கிற எண்ணம் கவிமணிக்கு மட்டுமல்ல, எங்கள் வீட்டில், சொந்தக்காரர்கள், இலக்கியவாதிகள், நண்பர்கள் என்று எல்லோருக்குமே இருந்தது.

யாராவது கல்யாணத்துக்காக, மலர் வெளியிட, அது போன்ற நிறைய விஷயங்களுக்குக் கவிமணியிடம் வாழ்த்துப்பா வாங்கிப்போடுவது நாகர்கோவிலில், நாஞ்சில் நாட்டு வட்டாரத்தில் வழக்கத்திலிருந்தது.

தகுதியான ஆட்கள், தகுதியில்லாத ஆட்கள் இவர் வாழ்த்துப்பா கொடுத்து கௌரிவிக்கவேண்டிய ஆளில்லை என்றெல்லாம் அவர் பார்ப்பதே இல்லை. அவருடைய வாழ்த்துப்பாக்களெல்லாம் சேகரிக்கப்பட்டதாகத் தெரியவில்லை.

வாழ்த்துப் பாக்களின் பிரதிகள் வைத்திருக்கா விட்டால் தொகுப்பது சிரமம்தான். தொகுப்பதின் மூலம் பல்வேறுபட்ட, நாம் எதிர்பார்க்காத தகவல்கள் கிடைக்கும் என்று சொல்கிறார்கள். நான் அவரிடம் புதுமைப்பித்தன் மலருக்குக் கட்டுரை கேட்டபோது தரலாம் என்று சொல்லியிருந்தார். தே.ப. வாழத்துப்பா வாங்கிப் போட்டுவிடலாமென்று சொல்லிக்கொண் டிருந்தார். அதையாவது போடுவோம் என்று நினைத்துக் கொண்டிருந்தேன். தே.ப. அடிக்கடி ஞாபகப்படுத்துக் கொண்டிருந்தார். ஒரு நாள் அங்கு போயிருந்தபோது எழுதிக்கோ என்றார். வாழ்த்துப்பாவைச் சொன்னார். ரொம்ப சுலபமாகச் சொன்னார். திரும்பப் படித்துக் காட்டும்போது ஓரிரண்டு வார்த்தைகளை மாற்றினார்,

அவ்வளவுதான். பதினைந்து நிமிடங்களுக்குள் சுலபமாக முடிந்துவிட்டது. வாழ்த்துப்பா கிடைத்தது பெருமாளுக்குப் பெரிய சந்தோஷத்தைக் கொடுத்தது. அவருடைய வாழ்த்துப்பாவில் பிரத்தயேக நயம் உண்டு என்று சொல்கிறார்கள்.

வாழ்த்துப்பாவாகப் பாடினால்கூட, அவர் சொல்லக் கூடிய விஷயங்கள் பற்றிய ஆழ்ந்த அறிவோடு அந்த வாழ்த்துப்பாவை பாடுவது கிடையாது. புதுமைப்பித்தன் மலரைப் பொதுவாக வாழ்த்தித்தான் பாடுவாரே தவிர, புதுமைப்பித்தனின் சாராம்சம் பற்றிய எந்தவொரு வார்த்தையும் இருக்காது. அப்படியிருந்தாலும் அவரை விரும்பிப் படிக்கிற எல்லோருக்குமே இனிமையான தன்மை இருக்கிறது என்கிற அபிப்பிராயம்தான்.

வையாபுரிப் பிள்ளை எழுதிய நாலைந்து புத்தகங்கள் படித்துவிட்டு அவர்பேரில் மதிப்புடன் இருந்தேன். மலரில் கவிமணியின் வாழ்த்துப்பாவை முதற்பக்கத்தில் போட்டு, அடுத்ததாக வையாபுரிப் பிள்ளையின் கட்டுரையைப் பிரசுரித்திருந்தேன். மலர் வெளிவந்ததும், மலரை நாம்தான் நேரில் சென்று கொடுக்க வேண்டுமென்று பெருமாள் சொன்னதின்பேரில் கொண்டு கொடுத்தோம்.

அவருடைய வாழ்த்துப்பாவை வாசித்து காட்டச் சொன்னார். பொருளடக்கத்தைப் படித்ததும் வையாபுரிப் பிள்ளை புதுமைப்பித்தன் பற்றி எழுதியிருப்பதை கேட்டதும், ஆச்சரியப்பட்டார். வையாபுரிப் பிள்ளை கம்பன் பற்றி எழுதலாம். பாரதி பற்றி எழுதலாம். புதுமைப்பித்தனைப் பற்றி எழுதுவது அவருக்கு வியப்பாக, பொருந்தாத காரியத்தைச் செய்ததுபோல் தோன்றியிருக்கிறது. பின் அ. ஸ்ரீனிவாசராகவன் போன்ற சில பெயர்களைச் சொன்னதும் எல்லோருமே மிக நன்றாக எழுதக்கூடியவர்கள், மலர் நன்றாக வந்திருக்கிறது. பெரிய முயற்சிதான், சின்ன வயலே இப்படியொரு நல்ல காரியம் செய்திருக்கிறாய் என்றெல்லாம் சம்பிரதாயமாகப் பாராட்டினார்.

என்னுடைய புத்தகமாக கொடுப்பதற்கு, 'தோட்டியின் மகன்', சிறுகதை தொகுப்பு, எதுவும் அப்பொழுது பிரசுரமாயிருக்கவில்லை. ரகுநாதன் 'சாந்தி' பத்திரிகையை இரண்டு, மூன்று பிரதிகள் அனுப்பிக்கொண்டிருந்தார், மற்றவர்களுக்குப் படிக்கக்கொடுப்பதற்காக. 'சாந்தி'க்கு முடிந்தளவு சந்தா சேர்த்து அனுப்பிக்கொண்டிருந்தேன். ஒவ்வொரு தடவையும் அதிலொரு பிரதியைக் கொண்டுகொடுப்போம். அதைப் புரட்டிப் பார்க்கிற உடல்நிலையோ ஆர்வமோ இருக்கவில்லை. ரகுநாதன் பாஸ்கரத்தொண்டைமானின் தம்பி, கவிதையெல்லாம் எழுதக்கூடியவர் என்பது தெரியும். புதிய முறை கவிதைகளிலெல்லாம் அவருக்கு ஈடுபாடும் இல்லை. அப்படி அந்தக் குறிப்பிட்ட பகுதியானது அந்த அளவோடு முடிந்தது.

இலக்கியரீதியாக அவரிடமிருந்து ரொம்பவும் தெரிந்து கொண்டேன் என்று சொல்லமுடியாது. ஆனால் ஒரு விஷயம் பின்னால் எனக்கு முக்கியமானதாகப்பட்டது. உதாரணமாக அவருடைய 'மருமக்கள் வழி மான்யம்' புத்தகம் படித்தவுடன் எனக்கு ஏதோ எண்ணங்கள், அப்போதைக்கு தெளிவாகத் தெரியவில்லை. பின்னால் அந்த எண்ணங்களை ஒவ்வொன்றாகத் தொகுத்தவுடனே அந்தக் கவிதையில் அந்த மக்களுடைய வாழ்க்கையைப் பிரதிபலிக்கக்கூடிய (பேச்சுவழக்கு) வட்டாரமொழி, பழக்கவழக்கங்கள் போன்றவற்றிற்கு மிக அதிகமாக முக்கியத்துவம் கொடுத்து எழுதியிருக்கிறார். அந்த மாதிரி கவிதை தமிழில் எழுதப்பட்டிருக்கிறதா என்பது சந்தேகந்தான். அது ரொம்ப புதுமையான விஷயம். ரொம்ப அளவுக்கு வட்டார மொழியை (பேச்சுவழக்கை) சகஜமாகப் பயன்படுத்துகிறார். அது பழைய மரபுக்கு வித்தியாசமானதாகப் பட்டது.

பெரிய வட்டங்களில் அவருடைய பெயர் விரிவடையாவிட்டாலும், சிறிய வட்டங்களில் முக்கியமான கவிஞராகக் கருதப்பட்டவர். அவர் திருவனந்தபுரம்

பெண்கள் கல்லூரியில் வேலை பார்க்கும் சமயத்தில் பல அறிஞர்களுக்கு அவர் அறிஞர், பெரிய கவிஞர் என்பதெல்லாம் தெரியும்.

இந்த ஸ்தானத்தில் உள்ள ஒருவர் இப்படி எழுதியது எனக்கு உள்ளுணர்விலே ரொம்ப ஆச்சரியமாக இருந்தது. நவீன எழுத்தாளனின் தன்மையுடன் இணைத்துப் பார்த்தேன். இதெல்லாம் இப்போது சொல்கிறேனே தவிர, எப்போது எனக்கு இந்தப் பாராட்டு உணர்வு வந்தது என்பது தெரியவில்லை.

குறிப்பிட்ட பிராந்தியத்தில் வாழக்கூடிய ஜனங்களுக்கு இருக்கக்கூடிய பிரச்சனையை மையமாக வைத்து விஷயத்தை நீண்ட பாடலாக உருவாக்குவதென்றால், அது அந்த மக்களிடந்தான் அதிகமாக பிரதிபலிக்க முடியும். திருவிதாங்கூரே தமிழ்நாட்டிலிருந்து பிரிந்திருந்தது; இந்தப் பிரச்சனை இவர்களை மட்டுமே பாதிக்கக்கூடியது. திருநெல்வேலி மதுரையிலுள்ளவர்களுக்கு இது பற்றி எதுவும் தெரியாது. இந்தப் பகுதிக்காக மட்டும் சமூகக் காரணங்களுக்காக அவர் எழுதியிருக்கிறார்.

நான் முற்போக்கு எழுத்தாளனாக இருக்கிற நேரத்திலே அவர் இந்த காரணத்துக்காகக் காவியம் எழுதியது எனக்கு மிகவும் முக்கியமான விஷயமாகப் பட்டது. முற்போக்கு எழுத்தாளராகிய நாங்கள் எந்தப் புத்தகம் வந்தாலும் முற்போக்கா, யதார்த்தமா என்று தீர்மானிப்போம். நல்லதா இருக்கிறதா கெட்டதா இருக்கிறதா என்பதெல்லாம் இரண்டாவது விஷயந்தான்.

அப்பொழுது நானும் இதிலே முழுமையாக ஈடுபட்டிருக்க அந்த எழுத்தாளர்களை இரண்டாகப் பிரித்து போட்டதிலே நான் கவிமணி முற்போக்கு என்று என்னுடைய தோழர்களிடம் எல்லாம் சொல்ல ஆரம்பித்தேன். அந்தக் காலத்திலே அவ்வளவு சுலபமாக ஒன்றும் விஷயங்களை ஏற்றுக்கொள்ள மாட்டார்கள். இரண்டாவது இடதுசாரி இயக்கங்களுக்கு யாரையாவது

நாம் முற்போக்காகச் சொல்வதற்கு வாய்ப்பு உண்டா என்று தேடக்கூடிய மனோபாவம். அப்படி இருந்தால் அந்த வாய்ப்பை நாம் பயன்படுத்திக்கொள்ளவேண்டும் என்கிற மனோபாவமெல்லாம் பின்னால்தான் வருகிறது. இணங்கப் பண்ணுகிற மாதிரியான விஷயங்கள்.

பல எழுத்தாளர்களை ஏதாவது காரணம் சொல்லி ஒதுக்கக்கூடிய மனோபாவந்தான் அன்று இருந்தது. அவர் சோஷியலிஸத்தை ஒத்துக்கொண்டாரா, வர்க்கப் போராட்டத்தை ஒத்துக்கொண்டாரா, பிறகு வர்க்கப் போராட்டம் வெடித்து ஒரு புரட்சி உருவாகும் என்பதை ஒத்துக்கொண்டாரா என்றெல்லாம் ரொம்ப அளவுக்கு கண்டிஷன் போடுவார்கள்.

இரண்டு, மூன்று வருடங்களுக்குப் பிறகு புரட்சியில் முடியப்போகிற படைப்புகளே முற்போக்கானதுதான் என்கிற எண்ணம் வந்தது. அதனால் அதிகம் பேர் கவிமணியை ஒத்துக்கொள்ளவில்லை. என்னுடைய இளம்பிராயத்தில் ஜீவாவுக்குத்தான் ஒரு எழுத்தாளனுக்குரிய அம்சங்கள் எல்லாமே இருந்தன. முற்போக்காக இருந்தால்தான் நாம் முற்போக்கான ஆள் என்று சொல்லவேண்டியது இல்லை. சில கூறுகள் இருந்தால் அதற்குரிய மதிப்பும் மரியாதையும் கொடுக்கலாம். அந்தக் கூறுகளை முன்னிலைபடுத்துவது மூலந்தான் அந்த மாதிரியான அம்சங்கள் சமூகத்தில் வளர்வதற்குக் காரணமாக இருக்கும் என்கிற இலக்கியப் பார்வை எல்லாம் ஜீவாவுக்கு வந்ததுதான். ஜீவாவிடம் நான் பேசிக்கொண்டிருந்தபோது 'மருமக்கள்வழி மான்மியம்' புத்தகம் பற்றி சொன்னேன். ரொம்ப நல்ல புத்தகம். நன்றாக எழுதியிருக்கிறார், ஆனால் வட்டார மொழியில் (பேச்சுவழக்கில்) எழுதியிருப்பதால் எங்கள் ஊரிலே எல்லாரும் பயன்படுத்தக்கூடிய பேச்சுவழக்கு என்பதால் வித்தியாசமாகத் தெரியவில்லை என்றார். அது தமிழ்க் கவிதையின் முக்கிய நீரோட்டத்திலிருந்து எந்த அளவு விலகியிருக்கிறது என்பதெல்லாம் எனக்குத் தெரியவேயில்லை. நாவலின் தன்மைதான் அதிகமும்

பிரதிபலிக்கிறது என்று எனக்குத் தோன்றியது. இப்போது நாவல் எழுதக்கூடிய சமயத்தில் நீங்கள் சிலவிதமான நியதிகளை ஏற்றுகிறீர்களே –விஷயத்தை ரொம்ப எதார்த்த மாக சொல்வது, கதாபத்திரங்களின் பெயர்களைச் சொல்வது, அவர்களுடைய சம்பாஷணைகள், பிரச்சனைகள் எல்லாம் நாவலில் எந்த அளவுக்கு விவரமாகச் சொல்லுவார்களோ, அந்த அளவுக்கு விரிவாக 'மருமக்கள்வழி மான்மி'யத்தில் சொல்லியிருக்கிறார்.

ஒரு விதத்தில் அது கவிதையில் எழுதப்பட்ட நாவல் என்று சொல்லலாம். அகிலன் சிலப்பதிகாரத்தை நாவல், முதலில் வந்த நாவல் என்று சொல்லியிருக்கிறார். அதை எனக்கு ஒத்துக்கொள்ள முடியவில்லை. ஆனால் 'மருமக்கள் வழி மான்மி'யத்தைக் கவிதையில் எழுதப்பட்ட நாவல் என்று சொன்னால், அதில் சில கூறுகள் நாம் அதை ஏற்றுக்கொண்டு பேசுகிற அளவுக்கு இருக்கிறது. அதைப் பல தடவை படித்ததெல்லாம் அவரிடம் சொன்னேன்.

குறிப்பிட்ட சமுதாய மக்களுடைய பிரச்சனையை வேறு சமுதாயத்தை சேர்ந்தவர்கள் வாங்கிக்கொள்ளமுடியும் என்கிற எண்ணம் அவருக்கு இருந்தது. அதிலிருக்கக்கூடிய க்ளாமர், ஹ்யுமர் போன்ற விஷயங்களையெல்லாம் மிகச் சரளமாகச் சொல்லுகிறார். அதெல்லாம் ரொம்ப பிடித்தது என்று சொன்னேன்.

இரண்டாவது அதை படித்தவுடனேயே புதுமைப் பித்தனின் எழுத்துமுறைக்கும் அவருடைய எழுத்து முறைக்கும் ஏதோ சம்பந்தம் இருப்பதாகத் தோன்றியது.

இப்பொழுது யோசித்துப்பார்க்கும்போது இரண்டுமே மக்களின் வாழ்க்கை, அதன் வேர்கள் சம்பந்தமாகப் பேசக் கூடிய எழுத்துமுறைதான். புதுமைப்பித்தன் திருநெல்வேலி மக்களின் வேர் பற்றி அதிகமாகப் பேசுகிறர். கவிமணி நாஞ்சில் நாட்டின் வேர் பற்றி மிக அதிகமாகப் பேசுகிறார். அதனால் இலக்கியத்துக்கு வரக்கூடிய தோற்றம் இருக்கே அதுதான் இரண்டுக்கும் பொதுவானதாக இருந்திருக்கிறது.

அப்படியெல்லாம் எனக்கு பார்க்கத் தெரிந்ததால், ஏதோ ஒரு அம்சம், புதுமைப்பித்தனின் அம்சம் அவரிடம் இருந்தது. ஏனென்றால் வட்டார வழக்கை (பேச்சுவழக்கை) புதுமைப்பித்தனுடன் இணைத்துப் பார்க்கிற பழக்கம் எனக்கு அப்பொழுது இருந்தது புரிந்தது. அதனால்தான் முதன்முதலாக அவருடைய உலகத்துக்கு சம்பந்தமுள்ள பையனாக, அவருடைய கவிதை உலகத்திற்கு சம்பந்தமுள்ள பையனாக ஏற்றுக்கொள்வதும், கவிதையை பற்றிய அபிப்பிராயங்களை என்னிடம் சொல்வதும் நடந்தது. கவிதையில் எந்தப் பகுதி ரொம்ப பிடித்திருக்கிறது என்று கேட்பார். நுட்பமான நகைச்சுவையெல்லாம் புரிகிறது என்று பாராட்டுவார். இப்படி எனக்கும் அவருக்குமான இலக்கிய ரீதியான மெல்லிய தொடர்பு உருவாவதற்கு மூன்று நான்கு வருடங்கள் எடுத்தன.

அப்பொழுது பெருமாள் இல்லாமல் அவரைப் பார்த்தது கிடையாது. பெருமாள் நான் இல்லாமல் பல தடவை பார்ப்பார். அந்த சந்தர்ப்பங்களில், ஏற்கனவே என்னைப் பற்றி கொஞ்ச விஷயங்கள் தெரியுமென்றாலும் பெருமாளிடம் விசாரித்திருக்கிறார். புத்திசாலி பையன் என்று என்னைப் பலவிதமாக புகழ்த்தி சொல்லிவிட்டு, அந்தப் பையனுக்கு எந்த இடமென்று கேட்டிருக்கிறார். தளியல் கிராமம் என்றதும், அந்த கிராமத்தில் அதிகம் பேரையும் எனக்குத் தெரியுமே என்றும் சொல்லியிருக்கிறார். பெருமாளுக்குத் தளியல் பற்றி எதுவும் தெரியாது என்பதால் அன்று பேச்சு அத்துடன் முடிவுற்றது.

மறுமுறை நான் சென்றபோது என்னிடம் விசாரித்தார். வெங்கிட்டராமையருடைய பேரன் என்றதும் அவருக்கு நம்பவே முடியலை. தலைமை ஆசிரியராக இருந்தவர்தானே, தலைவடியில் இருந்தவர்தானே என்று திரும்பத்திரும்ப பலவிதமாகக் கேட்டு சந்தேகத்தைத் தீர்த்துக்கொண்டார். எங்கம்மாவின் பெயரைச் சொன்னார். தங்கம்மாளின் மகன்தான் நான் என்று சொன்னதும் அவருக்கு சந்தோஷம் தாங்கமுடியவில்லை,

நம் குடும்பத்தை சேர்ந்த பையனென்பது தெரியாமலேயே, அவனிடம் நெருக்கமாக பழகியிருக்கிறோமே என்று.

"எனக்கு உடல்நிலை சரியில்லாமல் ஆனபிறகு அந்தக் குடும்பத்துடன் உள்ள தொடர்பு விட்டுப்போயிற்று. உன் தாத்தாதான் மிகச் சிறியதாக இருந்த தளியல் கோவிலை நண்பர்களுடன் சேர்ந்து பெரியதாகக் கட்டினார். மிக நல்ல மனிதர். பெர்ஃபெக்ட் செண்டில்மேன்" என்றெல்லாம் பாராட்டினார்.

அதன்பின் எனக்கும் அவருக்கும் இன்னும் நெருக்கம் கூடியது. நான் யாரையும் அவரைப் பார்ப்பதற்குக் கூட்டிக் கொண்டு போகலாம். சந்தோஷப்பட்டுக்கொள்வார். நம்மைத் தெரிந்துதானே கூட்டிக்கொண்டு வருகிறான், பொறுப்புடன் அந்தக் காரியத்தைச் செய்வான் என்கிற எண்ணம் இருந்தது.

இந்தச் சந்தர்ப்பத்தில் இலக்கியத்தில் ஈடுபாட்டுடனிருந்த என்னுடைய பல நண்பர்கள், பின்னால் ஈடுபாடில்லாமல் பல துறைக்கும் போய்விட்டார்கள். அவர்களை அழைத்துப்போயிருக்கிறேன். அநேகமாக நாஞ்சில் நாட்டிலுள்ள குடும்பங்கள், முக்கியமாக வெள்ளாளர் குடும்பங்களுடன் ஏதோ விதத்தில் அவருக்குத் தொடர்பு இருந்தது. அவர்களிடம் பலவிதமாகக் கேட்டு, அவருடைய ஒன்றுவிட்ட தம்பி மகனா என்று உறவைக் கண்டுபிடித்து விடுவார். அந்த அளவுக்கு அந்தச் சமுதாயத்துடன் ஊறி வளர்ந்திருக்கிறார்.

பெருமாள் அவரைப் பார்க்கச் சென்றிருந்தபோது, நான் தீவிரமான கம்யூனிஸ்ட்டாக மாறிக்கொண்டிருப்பதாகக் குறிப்பிட்டிருக்கிறார். குருஸ்தானத்தில் இருப்பவரிடம், தொடர்ந்து மறைக்கவேண்டாம் என்று கூறிவிட்டேன் என்று என்னிடம் சொன்னார். அதனால் பரவாயில்லை. எனக்குக் கம்யூனிஸ்டாக இருப்பதில் கூச்சமொன்றுமில்லை. பெருமையாகத்தான் அதை ஏற்றுக்கொண்டிருக்கிறேன் என்றேன். அடுத்த முறை அவரைச் சந்தித்தபோது நீ

அரசியலுக்கெல்லாம் போகவேண்டாம். நிச்சயமாகக் கம்யூனிஸ்டாக இருக்க வேண்டாம். காந்தியைவிட பெரிய மகான் உண்டா? காங்கிரஸைவிடப் பெரிய கட்சி இருக்கிறதா? அதில் பங்கேற்கலாமே என்றார். எனக்குச் சமூகத்தில மோசமான பெயர் உருவாகி விடக்கூடாது, என்னை மற்ற ஆட்கள் அன்னியப் படுத்திவிடக்கூடாது என்பது மாதிரி விஷயங்களெல்லாம் அவர் மனதிலே இருந்தது. நான் அவருடைய நண்பனின் பேரன் என்று தெரிந்தது முதல் அவருடைய மனோபாவம் மாறிவிட்டது. தாத்தா இருந்தால் என்ன சொல்வாரோ அதைத்தான் இவனிடம் சொல்லுகிறோம் என்று நினைத்துக்கொண்டு சொல்வதுபோல் இருக்கும் அவர் பழகுவது. சரி என்று சொன்னேன். தர்மசங்கடமாகத்தான் இருந்தது. கட்சியை விட்டு வெளியில் வருகிறேன் என்று சொல்ல முடியவில்லை. என்னால் வெளியே வரவும் முடியாது. அந்தளவுக்குக் கம்யூனிஸத்தில் ஈடுபாடு வந்தாகிவிட்டது.

ரகுநாதன்தான் இவனைக் கெடுத்துவிட்டான் என்று பெருமாளிடம் சொல்லியிருக்கிறார். அவருக்குப் புதுமைப்பித்தன், ரகுநாதன் பெயரிலெல்லாம் நல்ல அபிப்பிராயம் கிடையாது. நான் கட்சியில் சேருவதற்கு நாலைந்து வருடங்களுக்கு முன்னால்தான் ரகுநாதன் கட்சியில் சேர்ந்திருக்கிறார். ரகுநாதனின் அண்ணன் பாஸ்கரத்தொண்டைமான். எங்கள் ஊர் தெரிசனங்கோப்பு வைத்தியர் மகாதேவ ஐயரிடம் சிகிச்சைக்கு வரும்போது கவிமணியைப் போய் பார்ப்பார். அவர் தன் தம்பியைப் பற்றி எதாவது அபிப்பிராயம் சொல்லியிருக்கலாம். தனிநபர் ஓராளை கெடுத்துவிடுவான் என்கிற எண்ணம் அந்தக் காலத்தில் நிறைய பேருக்கு இருந்தது. எங்கப்பாவும் இதுபோல் சொல்லுவார். அவன்கூடச் சேர்ந்துதான் இவன் கெட்டுப்போய்விட்டான் என்பார். பல்வேறுபட்ட அம்சங்கள் அதிலிருக்கலாம்.

மற்றவன் நம் பையனைக் கெடுப்பதுபோல் நம்ம பையனும் ஏதோவிதத்தில அவனைக் கெடுப்பதற்குச்

சந்தர்ப்பம் இருக்கிறது என்றெல்லாம் அவர்கள் யோசிப்பதே இல்லை. நான் சிரித்து மழுப்புவதைப் பார்த்து, நாம் சொல்வதை இவன் பின்பற்றமாட்டான், அவனுடைய ஈடுபாடு அந்த மாதிரி இருக்கிறது என்பதைப் புரிந்துகொண்டார்.

அந்தக் காலகட்டத்தில் ஜீவா தமிழகத்தில் இருக்க தடை விதிக்கப்பட்டிருந்ததால் நாகர்கோவிலில்தான் அதிகமும் சுற்றிக்கொண்டிருந்தார். எங்கள் பகுதியில் அவரால் நிறையபேர்கள் கம்யூனிஸ்ட்டாக மாறினார்கள். இவர்களெல்லாம் முக்கியமான ஆட்கள். வாசிக்க கூடியவர்கள். ஆத்மார்த்தமான கம்யூனிஸ்ட்கள். நெருக்கடி வந்தால் பயப்பட மாட்டார்கள்.

செத்தாலும் சாவோமே தவிர பயந்து ஒளிந்து ஓடக் கூடாது என்பதில் உறுதியாக இருப்பவர்கள். ஜீவா இரண்டு மூன்று மாதங்களுக்கு ஒரு தடவை கவிமணியைப் போய் பார்ப்பார். அவருடைய பாடல்களில் இவருடைய பிரச்சாரத்துக்கு ஏற்றாற்போல் ஒரு வரி கிடைத்ததென்றால் அதை வந்து உடனே சொல்லுவார். புதுமைப்பித்தனைப் பற்றி சொன்னால் கவிமணியைக் குறித்து இரண்டு வரி சொல்லுவார். இதெல்லாம் கவிமணிக்குத் தெரியும். தன்னுடைய கவிதையை சாதாரண மேடை பேச்சாளன் கோடிட்டு காட்டினால்கூட அவருக்கு அபூர்வமாக இருந்திருக்கும் அந்தச் சமயத்தில.

ஜீவாதான் என்னைக் கம்யூனிஸ்டாக மாற்றினார் என்று சுலபமாக சொல்வதற்கு எல்லாவித காரணங்கள் இருந்தாலும் அவர் பேரிலுள்ள தனிப்பட்ட விருப்பத்தி னால், மரியாதையினால், ஈடுபாடு காரணமாகவும் அவரால் சொல்ல முடியவில்லை. ரகுநாதன் இலக்கியவாதி யாக இருந்தாலும் மற்ற ஆட்களோ பாஸ்கரத் தொண்டைமானோ எதிர்மறையான எண்ணத்தை அவரிடம் ஏற்படுத்தியிருக்கலாம். அதனால் பழியை அவர்மேல் போட்டிருக்கிறார். நான் ஜீவாவைச் சந்தித்தேன்,

இந்தந்த விஷயங்களெல்லாம் பேசிக்கொண்டிருந்தார் என்று அவரிடம் சொன்னால், அவன் எந்த மனிதனையும் வீரனாக மாற்றிவிடுவானே, அவனை மாதிரி சக்தியை யாரால் உருவாக்கமுடியும், மகா கெட்டிக்காரன்னா அவன் என்றெல்லாம் மிகவும் புகழ்த்திப் பேசுவார்.

ஈ.எம்.எஸ். நம்பூதிரிபாட் நாகர்கோவிலில் கூட்டங்களில் பேசுவதற்கு ஐந்தாறு முறை வந்திருக்கிறார். கூட்டத்தில் பேசிவிட்டு உடன் போய்விடுவார். மற்றவர்களைப்போல் கன்னியாகுமாரி போவது, வேறு ஆட்களைச் சந்திப்பது போன்ற வேலைகளை எல்லாம் வைத்துக்கொள்ளமாட்டார். ஒரு தடவை வந்தபோது கவிமணி என்ற கவிஞர் இங்கு இருக்கிறாரமே, அவரைப் பார்க்கவேண்டுமன்று சொல்லியிருக்கிறார்.

நாங்கள்தான் முற்போக்கு எழுத்தாளர்கள் அமைப்புக்கு, இலக்கியம் சம்பந்தமான சில விஷயங்களுக்குப் பொறுப்பு. சமாதான குழு என்று ஒன்று. சோவியத் யூனியனில் உருவானது. நாங்கள் சமாதானத்தை விரும்பும் ஆட்கள் மற்ற நாடுகள் சமாதானத்தை விரும்பவில்லை என்று சொல்வதற்கான இயக்கம். ஜே.சி. குமரப்பா, சுந்தர் பால் மாதிரியான பெரிய ஆட்கள் நிறைய காந்தியவாதிகள் சமாதான இயக்கத்துக்குள் இருந்தார்கள்.

மதிப்பு வாய்ந்த காந்தியவாதிகள் காந்தீயம் வழியாகப் பொது ஜனங்களைச் சந்திக்கும் சந்தர்ப்பம் குறைந்துவிட்டதால், சமாதான கமிட்டிக்குள் வந்தார்கள். அவர்கள் சமாதான குழுவுக்குள் வந்தோம் என்பதற்காக கம்யூனிஸத்தை ஆதரித்து ஒன்றும் பேசமாட்டார்கள். உலக சமாதானம் பற்றி, போர் கொடுமையானது, மனிதாபிமானமற்றது என்றெல்லாம் தோரணையுடன் பேசுவார்கள்.

எனக்குக் கவிமணியை நன்கு தெரியும் என்பதால் என்னிடம் ஈ.எம்.எஸ்ஸைக் கவிமணியிடம் அழைத்துச்

செல்லும் பொறுப்பை ஒப்படைத்திருந்தார்கள். அந்தக் காலத்தில் அண்ணாச்சி சண்முகம் பிள்ளை என்பவர் திருநெல்வேலியில் இருந்தார். திருநெல்வேலி தோழர்களுடன் எனக்கு நட்பு ஏற்பட்டபொழுது இவரிடமும் நட்பு ஏற்பட்டது. என்னைவிட மிகவும் வயதானவர். சிறு வயதில் காந்தியவாதியாக இருந்திருக்கிறார். சுதந்திரத்திற்குப் பின் கசப்பு வந்து தீவிர இடதுசாரியாகிவிட்டார். அவரிடம் பழகினால் பக்குவமான மனிதர் என்கிற எண்ணம் ஏற்படும். எங்கள் வீட்டிற்கு அடிக்கடி வந்திருக்கிறார். இவன் சில விஷயங்களில் ரொம்ப ஈடுபாடு காட்டுகிறான், பல விஷயங்களைக் கவனிப்பதே இல்லை என்று என் அம்மா அவரிடம் என்னைப் பற்றி சொல்லுவார். இதற்கெல்லாம் என்ன அர்த்தம் என்பது அவருக்குத் தெரியும். இவன் ரொம்ப ஒழுக்கமான பையன், நிறைய புத்தகங்க ளெல்லாம் படிக்கிறான், வெளியில் இவனை மிகவும் பாராட்டிப் பேசுகிறார்கள், நீங்கள் கவலைப்படக்கூடிய விஷயங்கள் எவையும் அவனிடம் இல்லை என்று என் அம்மாவைத் தேற்றுவார். அப்படியாக அவருக்கும் எங்கள் குடும்பத்திற்கும் தொடர்பு இருந்தது.

ஒரு முறை நானும் அவரும் கன்னியாகுமரிக்குப் போனோம். ஓட்டலில் உணவு அருந்தினோம். இலையை எடுத்துப்போடவும் என்று அங்கு பலகை மாட்டியிருப்பதை நான் கவனிக்கவே இல்லை. கை கழுவி விட்டு வந்து விட்டேன். என்னுடைய இலையையும் அவரே எவ்வித சங்கோசமும் இல்லாமல் எடுத்துப் போட்டது எனக்குக் குற்ற உணர்ச்சியை ஏற்படுத்தியது. அது பெரிய விஷயமே இல்லை என்று சமாதனப்படுத்தினார்.

சண்முகம் பிள்ளை "த சீக்ரெட் வெப்பன் ஆஃப் ரஷ்யா" என்கிற புத்தகத்தை 'ரகசிய ஆயுதம்' என்ற பெயரில் மொழிபெயர்த்திருந்தார். இது அவர்களுடைய சமாதானம் சம்பந்தமான பாலிஸிதான். ரஷ்ய புத்தகமென்றால் காப்பிரைட் வாங்கத் தேவையில்லை.

அவர் திருநெல்வேலியில் 'நெல்லை புக் பப்ளிஷிங்' என்ற புத்தக நிலையம் ஒன்று வைத்திருந்தார். நா. வானவாமலையின் ஆரம்பகால புத்தகமெல்லாம்கூட அதில் வந்திருக்கிறது. அவர்கள் எல்லாம் பங்குதாரர்கள். நூறு ரூபாய் இருந்தால் ஒரு புத்தகம் கொண்டு வந்து விடலாம் அப்பொழுது. அவர் கவிமணியைப் பார்க்க வேண்டுமென்றார். இருவரும் போனோம். கவிமணிக்கு அவருடைய வயது, மனப்பக்குவம் எல்லாம் பிடித்துப் போனது. ஆனால் அவர்கள் கம்யூனிஸம் பற்றிப் பேசவேயில்லை.

சண்முகம் பிள்ளைக்குக் கொஞ்சம் மூலிகை வைத்தியம் தெரியும். எக்ஸிமா நோய்க்குச் சில மூலிகை மருந்துகள் சொல்லி அதைச் செய்துபார்க்கலாமே என்று சொல்லிக்கொண்டிருந்தார். கவிமணியின் வீட்டில் அவருடைய மருமகன் குமாரசாமி என்பவர் இருந்தார். கவிமணியை கவனித்து வந்தவர் அவர். அவரிடம் சொல்லும்படி சொன்னார். வந்தவர்களுக்குச் சுக்குக்காப்பி கொடுப்பது, அவலில் வெல்லம் சுக்கு சேர்த்து இடித்துச் சிற்றுண்டி தயார் செய்து கொடுப்பது போன்ற காரியங்களையெல்லாம் அந்த மருமகன்தான் கவனித்துக்கொள்ளுவார். அவரது அத்தை செய்யும் அவலையும் சுக்குக்காப்பியையும் வந்தவர்கள் விரும்பி சாப்பிடுவார்கள். நான் புத்தகம் ஒன்று போட்டிருக்கிறேன், படித்துப்பாருங்கள் மறுபதிப்பு வரும்போது அதற்கு நீங்கள் முன்னுரை எழுதித் தரவேண்டும் என்று பணிவுடன் கேட்டார் சண்முகம் பிள்ளை. கவிமணி படிக்கவில்லை. நீங்கள் ஏதாவது பகுதியைப் படித்துக்காட்டுங்கள் என்றார்.

பொதுவான கருத்துதான் அதில் திரும்பத் திரும்ப வந்துகொண்டிருந்தது. நாம் உலக சமாதானத்துக்கு உழைக்கணும். சோவியத் யூனியன் உழைத்துக்கொண்டிருக்கிறது. எல்லோரும் உழைக்கணும் என்கிற பொது விஷயங்கள். கவிமணிக்கு அதில் எந்த ஆட்சேபணையும்

இல்லை. அவரும் வரவேண்டும் என்றுதான் நினைக்கிறார். ஒரு வாரத்துக்குள் முன்னுரை அனுப்புவதாகச் சொன்னார்.

தினம் அவரைப் பார்க்க ஆட்கள் வந்துகொண்டிருந்தாலும் ஒன்றிரண்டு ஆட்களைத்தான் தான் சொல்வதை எழுதுவதற்கு தேர்வு செய்துவைத்திருந்தார். அதிலொருவர் பெருமாள்.

அவர் எழுதிய முன்னுரை சண்முகம் பிள்ளைக்கு தபாலில் போய்ச் சேர்ந்துவிட்டது. வாழ்க்கையிலேயே பெரிய அங்கீகாரம் கிடைத்துவிட்ட சந்தோஷம் சண்முகம் பிள்ளைக்கு. நீங்கள் சொன்னாலும் காரியங்கள் நடந்துவிடும் போலிருக்கே என்று பெருமாளைப் போன்றவர்கள் என்னை லேசாகக் கிண்டல் செய்தார்கள்.

ஈ.எம்.எஸ். கவிமணியைப் பார்க்கவேண்டும் என்று சொன்னது எனக்கு ஆச்சரியமாக இருந்தது. அவர் அதிகம் கம்யூனிஸத்தில் நம்பிக்கை உள்ள கயூனிஸ்ட். தியரிட்டிக்கலானவர்.

இந்த வார்த்தைகள் நான் இப்பொழுது பயன்படுத்தக் கூடிய வார்த்தைகளானாலும் அப்பொழுதே அந்த உணர்வு என் மனதில் இருந்தது. இவர் எதற்காக ஒரு கவிஞரைப் பார்க்கப் போகிறார். அதுவும் கம்யூனிஸத்தோடு கொஞ்சமும் சம்பந்தமில்லாத கவிஞர்.

கேரளாவில் ரொம்ப புரட்சிகரமான கட்சியுடன் சம்பந்தமுள்ள எழுத்தாளர்களைத்தான் அவர் எழுத்தாளராக ஒத்துக்கொள்ளுவார். லேசாக ஒருவரை முற்போக்காளன் என்று ஒத்துக்கொள்பவர் இல்லை. அது சம்பந்தமாக இறுக்கமான பார்வையை வைத்துக் கொண்டிருந்தார். பிறகுதான் தெரிந்தது எந்த ஊருக்குப் போனாலும் அந்த ஊரிலுள்ள முக்கியமான ஆள், முக்கியமானவராக சொல்லப்படுகிற ஆளைப் பார்ப்பார். கம்யூனிஸத்தைப் பற்றி எதுவும் பேசமாட்டார். வில்லுப்பாட்டு கலைஞராக இருந்தாலும் அவரைப்

போய் பார்ப்பார். அவருக்கு ஏதோ விஷயத்தை இந்த சமுதாயத்திலிருந்து திரட்டிக்கொள்ள வேண்டியிருந்தது. அதைக் கர்ம சிரத்தையாக செய்துகொண்டிருந்தார். கேரளாவில் உள்ள அந்த மாதிரி எல்லா முக்கியமான ஆட்களையும் ஈ.எம்.எஸ். போய் பார்த்திருக்கிறார் என்று சொல்லுகிறார்கள்.

அவரைக் கவிமணியிடம் அழைத்துப்போகும் பொறுப்பைக் கிட்டத்தட்ட என்னிடம் ஒப்படைத்து விட்டார்கள். அந்த வேலையைக் கௌரவமாகச் செய்யவேண்டும்.

திடீரென்று ஈ.எம்.எஸ்ஸைக் கவிமணியிடம் அழைத்துக்கொண்டு போகாமல் முன்கூட்டியே அவரிடம் சொல்லி வைக்கவேண்டும். அதனால் புத்தேரி ஊரின் பக்கத்திலிருந்து வரும் தோழரிடம் சொல்லி அனுப்பினேன்.

"ஈ.எம்.எஸ்ஸா அவன் எதற்கு இங்கு வறான்" என்று பதறிவிட்டாராம். அவர்களெல்லாம் போலீஸ் சம்பந்தப்பட்ட ஆட்கள், தலைமறைவான ஆட்கள், கைது உத்தரவு அவங்க பேரில் இருக்கலாம் என்பது போன்ற விஷயங்களெல்லாம் அவர் மனதில் இருக்கலாம். நண்பர் உங்கள் குடும்பச் சூழலைப் புரிந்துகொண்டு பார்த்துவிட்டு உடனே போய்விடுவார், விவேகமானவர் என்றெல்லாம் சொல்லி சம்மதத்தை வாங்கியிருக்கிறார். தியதியும் நேரமும் குறித்து விட்டோம். ஈ.எம்.எஸ்ஸை டாக்ஸியில் கூட்டிக்கொண்டு போகவேண்டுமென்று நானும் நண்பர்களும் ஆசைப்பட்டோம்.

எல்லா டாக்ஸி டிரைவர்களும் மூன்று ரூபாய், நான்கு ரூபாய், ஐந்து ரூபாய் என்று பணம் கேட்டார்கள். எங்களிடம் அதற்கான பணமில்லை. டாக்ஸி ஸ்டாண்டில் எப்படியும் கம்யூனிஸ்ட் டிரைவர் இருப்பார் என்று ஒருவர் சொன்ன ஆலோசனை கேட்டு அப்படியே ஏற்பாட்டை செய்தார்கள். டாக்ஸியில் ஏகப்பட்ட ஆட்கள். முன் சீட்டை ஈ.எம்.எஸ்க்குக் கொடுத்தோம்.

பின்னால் நெருக்கமாக இருப்பதால் முன்னால் வரும்படி சொல்லி, சிலரை உட்காரவைத்துக்கொண்டார். கவிமணி வீட்டில் எங்கிருந்தோ கைவைத்த நாற்காலி கொண்டு வந்து போட்டிருந்தார்கள். அதில் ஈ.எம்.எஸ் கூச்சத்துடன் ஓரமாக உட்கார்ந்துகொண்டார். நாங்களெல்லாம் நின்று கொண்டிருந்தோம். ஈ.எம்.எஸ். ஒன்றுமே விஷயமில்லை, உங்களைப் பார்த்துவிட்டு போவோம் என்று வந்தேன் என்று மலையாளத்தில் சொன்னார். பேச்சுக்கு நடுவில் உங்களைப் பற்றி நேரடியாக எனக்குத் தெரியாது, ராஜாஜி ஒருமுறை பேசிக்கொண்டிருந்தபோது சொன்னார் என்றார் கவிமணி.

கம்யூனிஸம் பற்றிப் பேச்சு வந்தது. சிபி. ராமசாமி, புன்னப்பறா வயலார் துப்பாக்கி பிரயோகம் செய்தது புத்திசாலித்தனமான விஷயம் இல்லை. இந்த தேசத்தில் கம்யூனிஸ்ட் வளருவதற்கான காரணமாக அமையப் போகிறது. அவர் தவறு செய்துவிட்டார். வேறு விதமாகப் பேசி முடிவு எடுத்திருக்க வேண்டும் என்றார் கவிமணி.

கவிமணி ராஜாஜியிடம், கம்யூனிஸ்ட்கள் விவேகமான ஆட்களா? நாம் சொல்கிற விஷயத்தை கேட்பார்களா? நாம் சொல்வது அவர்களுக்குப் புரியுமா என்ற கேட்டாராம். எனக்கு எல்லாரையும் தெரியாது. ஈ.எம். எஸ்னு ஒருவர் இருக்கிறார். அவர் மகா புத்திசாலி. அவரிடம் கூப்பிட்டு சொன்னால் உண்மையான விஷயம் என்றால் ஒத்துக்கொள்ளுவார், அவருடன் பேசி நாம் முடிவுக்கு வரமுடியும் என்றாராம் ராஜாஜி. ஈ.எம்.எஸ்ஸை ராஜாஜி பாராட்டியிருந்தது கவிமணியின் மனதில் ஆழமான படிமமாக இருந்திருக்கிறது. அதை ஈ.எம். எஸ்ஸிடம் சொன்னார். ஈ.எம்.எஸ். அதைப் பாராட்டாக எடுத்துக்கொள்ளவில்லை.

வந்தவர்களை மகிழ்வித்துப் பரவசப்படுத்தும் கலையில் கவிமணி கெட்டிக்காரர். முக்கியமானவர்கள் வரும்போது சபையை கலகலக்க வைக்கும் எண்ணத்தில்

அவர் பவ்வியத்துடன் பேசுவார். அது உண்மையான பவ்வியமில்லை. ஒரு தோரணைதான். நீங்களெல்லாம் படித்த ஆட்கள். நாங்களெல்லாம் அதிகம் படிக்காதவர்கள். சமீபத்தில், பத்து பதினைந்து வருடமாக எதையுமே படிக்க முடிவதில்லை. கம்யூனிஸம் என்று சொல்லுகிறீர்களே, அதை சுருக்கமாக இரண்டு வார்த்தையில் சொன்னால் புரிந்துகொள்வேன். அது பற்றி என்னவென்று எனக்கு புரியவில்லை. அதை பற்றிய புத்தமெல்லாம் ஏராளமாக இருக்கின்றன. நான் படித்துப் பார்த்ததில்லை என்றார். அவ்வளவு சுருக்கமாகச் சொல்லமுடியுமா என்று ஈ.எம்.எஸ் கேட்டார். முடியுமே. நீங்கள் முயற்சி பண்ணினால் முடியுமென்றார். ஈ.எம்.எஸ். பேச ஆரம்பித்தார்.

நிறைய பேருக்கு ஒன்றுமே இல்லாமல் இருக்கிறது. சொத்து, சுகம், வீடு, வாசல், பணம், ஆகாரம் எதுவுமே இல்லை. நிறைய பேர்களிடம் அது அதிகமாகவும் இருக்கிறது. ஒவ்வொருவருக்கும் எவ்வளவு தேவையோ அதைப் பங்கீடு செய்வோம், அதற்கான முறைதான் கம்யூனிஸத்தின் அடிப்படை என்றார். ஒவ்வொருவருக்கும் எவ்வளவு தேவையோ அவ்வளவா என்று கவிமணி திரும்பக் கேட்டார். ஆமாம், எவ்வளவு தேவையோ அவ்வளவு என்றார் திரும்பவும் ஈ.எம்.எஸ். எவ்வளவு தேவையோ அவ்வளவு போதுமா என்று கவிமணி மீண்டும் கேட்டார். இதுதான் சுவாரஸ்யமான கட்டம். அப்போது தோழர்களெல்லாம் சிரித்தார்கள். எவ்வளவு தேவையோ அவ்வளவு போதுமா என்று திரும்பவும் அவர் கேட்டதும் ஈ.எம்.எஸ்ஸூம் சிரித்துவிட்டு, போதுமே ஏழைகளுக்குத்தானே நாம் கொடுக்கிறோம் என்றார்.

போதாது. கவிமணி சொல்லுகிறார். தேவைக்குமேல் கொஞ்சம் அதிகமிருக்கவேண்டும். உதாரணமாக நீளமான பாலம் இருக்கிறது. பத்தடி அகலம் இருக்கிறது. ஒரு மனிதன் அதை கடப்பதற்கு ஓரடி அகலத்தைத்தான் பயன்படுத்துகிறான். பாலத்திற்குப் பதிலாக ஓரடிப் பலகையைப் போட்டால் தாண்டிப்போவானா?

போகமாட்டான். அவனுக்குப் பாதுகாப்பு வேண்டும். இரண்டு பக்கமும் இடைவெளி இருந்தால்தான் நாம் கீழே விழமாட்டோம் என்கிற உத்திரவாதம் அவனுக்குக் கிடைக்கிறது. உங்கள் கணக்குப்படி தேவையானது போதுமென்கிறீர்களே. அவனுக்கு எது தேவையோ அதை கொடுத்துவிட்டோமே. அவன் ஏன் தாண்டிப் போகவில்லை?

ஒரு சின்ன உதாரணம். நாகர்கோவிலில் இருந்து திருவனந்தபுரத்துக்கு பஸ்ஸில் போவதற்கு டிக்கட் ஆறு சக்கரம். திரும்ப வருவதற்கு ஆறு சக்கரம். நான் எந்த ஓட்டலுக்கும் போகமாட்டேன். அங்கு மகளிர் கல்லூரியில் வேலை பார்த்தேன். ஆகாரமெல்லாம் கையில் கொண்டு போய்விடுவேன். பன்னிரண்டு சக்கரமிருந்தால் நான் திருவனந்தபுரத்துக்குப் போய்விட்டு வரமுடியுமல்லவா. ஆனால் என்னால் போகமுடியாது. ஒரு ரூபாய் அதிகம் இருந்தால்தான் நிம்மதியாய் போகமுடியும்.

ஒரு குடும்பத்திற்கு ஐம்பது ரூபாய் வருமானம் என்று வைத்துக்கொண்டால் நாற்பத்தெட்டு, நாற்பத்தொன்பது ரூபாய் செலவழிகிறது. ஒருதடவைகூட ஐம்பது ரூபாய் செலவழிந்தது இல்லை. ஆனாலும் நிம்மதியாக இருக்க முடியாது. எந்தச் செலவையும் நிம்மதியாக செய்யமுடியாது. செலவு ஐம்பதைத் தாண்டிவிடுமோ என்கிற பயம் ஏற்பட்டுக்கொண்டே இருக்கும். அவனுக்கு அறுபதோ, எழுபதோ சம்பளம் இருந்தால்தான் நிம்மதியாகச் செலவு செய்யமுடியும். தேவைக்கு அதிகப்படியாக எப்படியும் கொஞ்சம் இருந்தால்தான் அவனால் நிம்மதியாக வாழமுடியும் என்றார்.

ஈ.எம்.எஸ்., தோழர்கள் எல்லோருமே சிரித்தார்கள். கவிமணி கம்யூனிஸ்ட் இயக்கம் பற்றிக் கேட்டார். ஈ.எம்.எஸ். போகப்போக ஆட்கள் அதிலுள்ள உண்மையை புரிந்துகொண்டு வருகிறார்கள் என்றார். "அப்படியானால் அந்தக் கட்சி ஆட்சிக்கு வந்துவிடுமா" என்று கேட்டார்

கவிமணி. நிச்சயமாக வந்துவிடும்; இந்தியா முழுக்க ஆட்சிக்கு வந்துவிடும் என்று ஈ.எம்.எஸ் சொன்னார். "எவ்வளவு காலம் ஆகும்?" என்று கேட்டார் கவிமணி. அது இருபத்தைந்தாகலாம் அல்லது ஐம்பதாகலாம். ஆனால் கம்யூனிஸ்ட் இந்தியாவை நிச்சயமாக ஆட்சி செய்யும் என்றார் ஈ.எம்.எஸ். உங்களுக்கெல்லாம் என்ன நம்பிக்கை, என்ன திடமான மனதை வைத்துக்கொண் டிருக்கிறீர்கள் என்று உணர்ச்சி வசப்பட்டு பாராட்டினார். கவிமணி எனக்கெல்லாம் இதுபோல எதையும் சொல்ல முடியவில்லையே. இதுபோல யோசிக்கவே முடியவில்லையே. கம்யூனிஸம் இந்தியா முழுக்க ஆட்சிக்கு வந்துவிட்டால், காந்தியையெல்லாம் என்ன செய்வீர்கள் என்று கேட்டார். காந்தியை நாங்கள் எதுவும் செய்யமாட்டோம். காந்தியைப் பற்றி எங்கள் பார்வை வித்தியாசமாக இருக்கிறது. அவர் ஒரு பிற்போக்குவாதி என்றார் ஈ.எம்.எஸ். கோவில்களை எல்லாம் இடித்துவிடுவீர்களா என்று கவிமணி கேட்டார். "மாட்டோம் அதற்கு உதாரணம் சோவியத் யூனியனிலே எல்லா சர்ச்சுகளும் இன்றும் அப்படியே இருக்கின்றன. சொல்லப்போனால் ஜாருடைய காலத்தைவிட ரொம்ப அழகாகப் பராமரிக்கிறார்கள். முன்னால் சர்ச்சுக்குப் பணமிருந்தால் மட்டுந்தான் அதைப் பராமரிக்க முடியும். இப்பொழுது அரசாங்கமே கவனித்துக்கொள்கிறது. சுவர்ச் சித்திரங்கள், வேலைப்பாடுகள் எவையுமே அழியாமல் பாதுகாக்கிறார்கள். அதைவிட முக்கியமான விஷயம் கம்யூனிஸ்ட் கட்சி அரசாங்கம் பைபிளை அச்சடித்து இலவசமாக கிறித்தவர்களுக்குக் கொடுக்கிறது என்றெல்லாம் ஈ.எம்.எஸ் சொன்னதும் கவிமணி ஆச்சரியப்பட்டுப் போய்விட்டார். "அங்கு கம்யூனிஸ்ட் கட்சி மாத்திரம்தான் தேர்தலில் நிற்கமுடியுமென்று ராஜாஜி சொன்னாரே?" என்றார். "சரிதான். கம்யூனிஸ்ட் அல்லாத செல்வாக்குள்ள தனிநபர் நின்று வெற்றிபெறலாம். வேறு கட்சியை சேர்ந்தவன் தேர்தலில் நிற்கமுடியாது. ஒரு கட்சிதான் உண்மையான கட்சி என்று நினைக்கிறார்கள்" என்றார் ஈ.எம்.எஸ்.

ஒரு வர்க்கம்தான். வர்க்கப் பிரிவினை இருக்கும் போதுதான் அப்படிப்பட்ட கட்சிகள் இந்த தேசத்துக்கு தேவையாக இருக்கிறது. ஒரு வர்க்கமாக இருக்கும்போது பெரும்பான்மையானவர்கள் சிறுபான்மையினர் எல்லோரையும் கவனித்துக்கொள்கிறது. கம்யூனிஸ்ட் கட்சி ஆட்சிக்கு வந்த பிறகு தொழிலாளர்களை மட்டுமே கவனிக்கக்கூடிய கட்சியல்ல. நோயாளிகளையும் வயதானவர்களையும் பணக்காரர்களையும் கவனித்தாக வேண்டுமென்பது அந்தக் கட்சியுனுடைய கோட்பாடே தவிர, அரசாங்கம் ஒருவருக்குச் செய்யவேண்டிய காரியத்துக்காக, அவன் தொழிலாளியாக பிறந்தானா, வளர்ந்தானா என்கிற பேச்சுக்கே இடமில்லை என்றெல்லாம் விரிவாக அவரை கன்வின்ஸ் செய்துவிட்டுக் கிளம்பினார் ஈ.எம்.எஸ். அவர் வாங்கிக்கொண்டு வந்திருந்த பழங்களை கவிமணி கையில் கொடுத்தார். நீங்கள் வந்தது மிக, மிக சந்தோஷம். பெரியவர்கள் எவ்வளவோ பேர்கள் வந்திருக்கிறார்கள் நீங்கள் என்னைத் தேடிவந்ததுதான் பெரிய விசேஷம் என்றெல்லாம் அவரை தூக்கிப் பேசினார்.

“பாலத்திலொருவன் போவதற்கு ஓரடி அகலம் போதும். பாலம் பத்தடி அகலம் இருக்கிறது. ஓரடி அகலமுள்ள பலகையைபோட்டால் அதில் நடந்து போவனா?” என்று ஈ.எம்.எஸ்ஸிடம் கவிமணி கேள்வி கேட்டார் என்கிற விஷயம் நாஞ்சில் நாட்டில் படித்தவன், படிக்காதவன் ஒருவர் பாக்கியில்லாமல் பரவிவிட்டது. அவருடைய பிறந்த நாள் விழா என்றாலும், அவருடைய பாராட்டுக்கூட்டமென்றாலும், கவிமணி அறிஞரான ஈஎம்எஸ்ஸைப் பார்த்து இந்தக் கேள்வியைக் கேட்டுத் திகைக்க வைத்துவிட்டார் என்று சொல்லுவார்கள். எந்த பத்திரிகையிலுமோ வேறுவிதமாகவோ வராமலேயே ஊர் முழுக்க பரவிவிட்டது ஆச்சரியமாகத்தான் இருந்தது.

கூட்டங்களுக்குக் கவிமணி அபூர்வமாகத்தான் பேச வருவார். அவரை பெரிய சொற்பொழிவாள ரென்று சொல்ல முடியாது. ஆனால் பத்து பதினைந்து

நிமிடங்கள் பேசினாலுங்கூட சபையை ரொம்ப அளவுக்கு சந்தோஷப்படுத்திவிடுவார். சபை ஆட்களும் ஏதாவது விசேஷமாக சொல்லுவார் என்று ஆர்வத்துடன் காத்திருப்பார்கள். அதற்கேற்றாற்போல் அவர் பேச்சும் அமையும்.

அவருக்கு முன்னால் பல ஆட்கள் பேச்சுக்கலையில் தேர்ச்சி உள்ளவர்கள் பேசியிருப்பார்கள். நன்றாகவே பேசியிருப்பார்கள். கவிமணி நாஞ்சில் நாட்டு பேச்சுவழக்கில் தான் பேசுவார். தத்துவார்த்தமான பேச்சொன்றும் கிடையாது. லௌகீகம் சார்ந்த தன்மையில்தான் அவர் பேச்சு இருக்கும். எங்களூர் ஜனங்களுக்கு அவருடைய பேச்சு ரொம்பவும் பிடிக்கும். அவர்களின் வாழ்க்கை சார்ந்து, கலாச்சாரம் சார்ந்து, நம்பிக்கைகள் சார்ந்து ஒரு ஜீவத்துடிப்பு உள்ளூரப் பிரதிபலிக்கும். அவருடைய பேச்சை ஐந்தாறு தடவை கேட்டிருப்பேன். இரண்டு பேச்சுக்களையாவது மாதிரிக்குச் சொல்லமுடியும்.

சுத்தானந்த பாரதியார் நாகர்கோவிலுக்கு வந்திருந்தார். அப்போது அவருக்கு மிகப்பெரிய இலக்கிய அந்தஸ்து தமிழ்நாட்டில் இருந்தது. ஒரு ஸ்டார் என்றுகூட அவரைச் சொல்லாம். அவருடைய புத்தகங்கள் எக்கச்சக்கமாக விற்றுக்கொண்டிருந்தன. காண்டேகரின் புத்தகங்களையும் சுத்தானந்த பாரதியின் புத்தகங்களையும் விரும்பி படித்துக்கொண்டிருந்தார்கள். வருடத்துக்கு அவருடைய இரண்டு புத்தகங்களாவது வெளிவந்துவிடும். உரை நடை, நாவல், வாழ்க்கை வரலாறு, கவிதை, மொழிபெயர்ப்பு என்று வேகமாக இயங்கக்கூடியவர்.

அவருடைய இயல்புக்கு ரொம்பவும் மாறுபட்டவர் கவிமணி. பெரும்பாலும் சாகித்தியங்கள் என்று சொல்லக்கூடிய கீர்த்தனைகள், கல்கி தீபாவளி மலர், ஆனந்த விகடன் தீபாவளி மலருக்கெல்லாம் எழுதிக்கொடுப்பார். அந்தக் கீர்த்தனைகளைப் பாடுவதற்கு எம்.எஸ். சுப்புலஷ்மி போன்ற பாடகர்கள்கூட விரும்புவார்கள்.

கவிஞராகச் செயல்பட்ட தன்மை அவருடைய மறைவுக்கு பதினைந்து வருடங்களுக்கு முன்பே போய்விட்டது என்று சொல்லலாம். ஆனால் சுத்தானந்த பாரதியார் கடைசிவரை அதிகச் செயல்பாட்டுடன் எழுத்தில் திறனை காட்டக்கூடியவராக இருந்திருக்கிறார்.

நாகர்கோவிலில் சுத்தானந்த பாரதியாரைக் கவிமணி தலைமையில் பேசச் சொல்லவேண்டுமென்று எல்லோரும் விரும்பினார்கள். அந்தக் கூட்டத்துக்கு நான் போயிருந்தேன். நாகர்கோவில் தேசிக விநாயகர் பள்ளியில் கூட்டம் நடந்தது. கவிமணி கை, கால்களை மறைக்கக்கூடிய அளவுக்கு வெள்ளை ஜிப்பாவும் மல் வேஷ்டியும் அணிந்திருந்தார்.

அருகில் அமர்ந்திருந்த சுத்தானந்த பாரதியார் வித்தியாசமான கோலத்தில் இருந்தார். சிவப்பு சட்டை, காவி வேஷ்டி; தலையில் விசித்திரமான குல்லா வைத்திருந்தார். பார்ப்பதற்கு ரொம்ப வேடிக்கையாக இருந்தது. நிம்மதியில்லாத மனிதர்போல் தாடியுடன் காட்சி அளித்தார். உள்ளுக்குள் நிம்மதி உள்ளவராக இருந்திருக்கலாம். கவிமணியிடம் கூட்டத்தை ஆரம்பிப்போமா என்றார். கவிமணி தலைமையுரை ஆற்றுவதற்காக முன்னாலிருந்த பேப்பரைப் பார்த்தார். கூட்டத்தில் ஒலிபெருக்கி ஒன்றும் இல்லை. ஒலிப்பெருக்கி வைக்கும் பழக்கம் அப்போது பரவலாக கிடையாது. மேலும் அது சிறு ஹாலில் நடந்த கூட்டந்தான். அதற்குள் சுத்தானந்த பாரதியார் எழுந்து பஜனைப் பாட்டு பாட ஆரம்பித்துவிட்டார். பாட்டு உச்சஸ்தாயியில் போக ஆரம்பித்தது. அவருக்கு வளமான குரல் என்று சொல்லமுடியாது. கீச்சுக்குரல்தான். அவர் ஆத்மார்த்தமாக உச்ச ஸ்தாயியில் பாடுவது பார்வையாளர்களை சந்தோஷப்படுத்தியது. பிறகு ஜால்ராவை தட்டிக் கொண்டுபாட ஆரம்பித்துவிட்டார்.

ஒரு கவிஞர் வித்தியாசமாக அந்த மாதிரி மேடையில் பாடுவது, எங்கள் ஊர் ஆட்களுக்கு நகைச்சுவைபோல்

சுந்தர ராமசாமி

தோன்றினாலும், போகப்போக அதிலே ஈடுபட ஆரம்பித்து விட்டார்கள். பாடிக்கொண்டே ஆவேசத்துடன் மேடையிலிருந்து வினோதமாக ஆடிக்கொண்டே இறங்கினார். அவருடைய உடல்வாகு பெண்ணுடையது போலிருந்தது. கீழே இறங்கி நடனம் மாதிரி ஆட ஆரம்பித்து, மேடையைச் சுற்றிச் சுற்றி வந்தார். ஐந்தாறு அடிக்கொருமுறை தன்னையும் ஒரு முறை சுற்றிக்கொள்வார். நாட்டிய பாவனையுடன் அந்த மாதிரி அசைந்து, அசைந்து வந்தார். வலது ஓரத்தில் அவர் தென்படுவதிலிருந்து பார்க்க ஆரம்பித்து, முன்புறம் மேடையை நடனபாவத்துடன் கடந்து இடது ஓரமாக மேடைக்குப் பின்புறம் மறைவதுவரை அவர் போகும் இடமெல்லாம் கவிமணி உற்றுப்பார்த்தது ஜனங்களுக்கு வேடிக்கையாக இருந்ததால் சிரிக்க ஆரம்பித்துவிட்டார்கள். கவிமணிக்கு தான் பார்க்கும் முறைக்காகத்தான் ஜனங்கள் சிரிக்கிறார்கள் என்பது தெரியவில்லை.

அவர் இந்த உலகப்பிரக்ஞையே இல்லாமல் ரஸித்துக் கொண்டிருந்தார். நாங்கள் நினைத்ததை விடவும் கூடுதல் நேரம் எடுத்துகொண்டு நிகழ்ச்சியை முடித்துவிட்டு மேடையில் வந்து நாற்காலியில் அமர்ந்தார் கவிஞர்.

நான் பேசட்டுமா என்று கவிஞரிடம் சம்மதம் வாங்கிக்கொண்டு பேச ஆரம்பித்தார் கவிமணி. முதலில் அவருடைய பாட்டு, நடனம் எல்லாம் எவ்வளவு ஆவேசமாக இருந்தது, எப்படி இறைவனுடன் தன்னை இணைத்துக்கொண்டிருக்கிறார் என்றெல்லாம் புகழ்ந்து பேசிவிட்டு இந்த மாதிரி கவிஞருடைய கூட்டத்துக்குத் தலைமை வகிக்க எனக்குத் தகுதியே இல்லை என்று நினைக்கிறேன். நான் ஒரு ரோகி, அவர் ஒரு யோகி என்று சொன்னது ஜனங்களுக்கு அந்த அங்கதம் மிகவும் பிடித்து எல்லாருடைய மனதிலும் ஆழமாக படிந்து விட்டது. இதுதான் என்னுடைய மனதிலும் பதிந்தது. பின் சுத்தானந்த பாரதியாரின் பாடலை எடுத்துக்காட்டி எவ்வளவு அற்புதமாகப் பாடியிருக்கிறார் என்று கூட்டத்தை முடித்தார்.

கவிமணி

ஜனங்களுக்கு அவர் பேச்சை கேட்கவேண்டுமென்று ஆவல் இருந்தாலும் அவர் ஆரோக்கியம் காரணமாக, ஒன்று இரண்(வருடங்களுக்கு ஒருமுறைதான் கூட்டம் நடக்கும். அவர் பேசக்கூடிய அன்று நாவலின் கதாபாத்திரங்கள் போன்று நாஞ்சில் நாட்டில் வாழ்கிற பல கிராமத்து ஆட்களைக் கூட்டத்தில் பார்க்கலாம். பிறகு அவர் பேசும் அடுத்த கூட்டத்தில்தான் அதுபோன்ற கேரக்டர்களை பார்க்கமுடியும். அந்த மாதிரி ஆட்களெல்லாம் இப்போது சுத்தமாக பார்க்க முடிவதில்லை.

இன்னொரு பேச்சு நான் படித்த எஸ்எல்பி பள்ளியில் நடந்தது. தமிழ் நாட்டில் திராவிட இயக்கம் லேசாக வளர ஆரம்பித்துவிட்டது. கடவுள் இல்லை என்கிற பேச்சு பரவலாக அடிபட்டது. அதையெல்லாம் கவிமணி மோசமான கால ஆரம்பம் மாதிரி பார்த்தார். என்னிடமும் பெருமாளிடம் பேசும்போதெல்லாம் “எப்படி இந்த இளைஞர்களால் கடவுள் இல்லை என்று கூசாமல் சொல்லமுடிகிறது? இதற்கெல்லாம் வாதங்களை வைக்கமுடியுமா? வாதத்திற்கு உட்பட்ட விஷயமா? தொன்றுதொட்டு இந்த ஜனங்களெல்லாம் எவ்வளவு பக்தி உள்ள ஜனங்கள். எப்படி இப்படி தைரியமாக அவர்கள் முன் கடவுள் இல்லை என்கிற வாதத்தை முன்வைக்கிறார்கள். அதை வளரக்கூடிய சக்தியாகப் பார்த்து, இது கேடு காலத்தின் ஆரம்பந்தான் என்று சொல்லிக்கொண்டிருந்தார். அன்று பேசிய கூட்டத்தில் அவரிடம் யாரோ ஒருவர் இந்த விஷயங்களைக் கேட்டது போலவும், அதற்கு அவர் சொன்ன பதில் மாதிரியும் பேச ஆரம்பித்தார். எங்கேயுமே தீராத பிரச்சனையாக இருந்தால் ஜனங்கள் அவரிடந்தான் கொண்டுசெல்வார்கள். அவருக்கு குருஸ்தானம், ஆச்சார்யா ஸ்தானம் கொடுத்திருந்தார்கள். தன்னை யாரோ பார்க்க வந்த மாதிரியும் கடவுள் இருக்கிறார் என்றும் நீங்கள் சொல்லுகிறீர்கள், ஆனால் கண்ணால் பார்க்கமுடியவில்லையே என்று அவர் என்னிடம் கேட்டார் என்று சொன்னார்.

அந்தக் காலகட்டத்தில் நாங்கள் திருவிதாங்கூர் ராஜ்யத்தின் ஒரு பகுதியாக இருந்தோம். பிரிட்டிஷ் அரசாங்கம் திருவிதாங்கூர் ராஜ்யத்திற்கு நாணயம் அடிப்பதற்கான உரிமையை கொடுத்திருந்தார்கள். ஒரு காசு, ஒரு சக்கரம், ஒரு பணம், அரை ரூபாய் என்கிற டினாமினேஷனில் திருவிதாங்கூர் ராஜ்யமே மகாராஜாவுடைய படம், சங்கு முத்திரை படம் போட்டு நாணயங்களை அச்சடித்தார்கள். ஒரு ரூபாய் நாணயத்தை திருவிதாங்கூர் முழுதாக அடிக்கக்கூடாது என்கிற நியதி இருந்ததால், இரண்டு அரை ரூபாயைக் கொடுத்துதான் சாமான்களை வாங்க வேண்டும். ஏதோ காரணத்தால் முழு ரூபாய் நாணயம் (28 1\2 சக்கரம்) அடிப்பதை பிரிட்டிஷ்காரர்களின் தனிப்பட்ட உரிமையாக வைத்துக்கொண்டார்கள்.

கவிமணி ஜனங்களிடம் நம் ராஜ்யத்தில் முழு ரூபாய் இருக்கிறதா என்று கேட்டார். அவர்கள் இல்லை என்றார்கள். கணக்கில், வழக்கில், பேச்சில், வயல் வாங்கி, விற்பதில் வீடு வாங்குவதில் எல்லாம் முழு ரூபாய் இருக்கிறது, ஆனால் கண்ணால் பார்க்கமுடியுமா என்றால் முடியாது. இதுதான் கடவுளின் நிலைப்பாடும் என்று சொன்னார். ஜனங்களுக்கு மகிழ்ச்சி தாங்கமுடியவில்லை. நாஸ்திகர்களுக்கு ஒரே வார்த்தையில் பதில் சொல்லி முறியடித்துவிட்டார் என்று மகிழ்ச்சி அடைந்தார்கள். எங்களூரிலுள்ள கவிமணியின் தலைமுறையைச் சேர்ந்த ஆட்களுக்கெல்லாம் அவர் சொன்ன சின்னச் சின்ன சம்பவங்கள், விவேகமாக சொன்ன முறை அது அந்த பகுதிக்கு எவ்வளவு பொருத்தமாக அமைந்திருந்தது என்பதெல்லாம் கவிமணியின் மறைவுக்குப் பின் வெகு நாட்களுக்கு காதில் விழுந்து கொண்டிருந்தது.

அவரின் மறைவுக்குப்பின், இளைய தலைமுறையை சேர்ந்தவர்களுக்கு அவருடைய கவிதையில் ஈடுபாடு இருப்பதுபோல் தெரியவில்லை. பள்ளி பாடத்திட்டத்தில்

இருப்பதால் ஆசிரியர்கள் சொல்லிக்கொடுப்பார்கள். கவிமணி பற்றிய பேச்சு அந்த அளவுக்கு அடங்கிப்போச்சு.

என்னுடைய இடதுசாரி சிந்தனையை வைத்து, அந்தக் கோணத்தில் பார்க்கும் சமயத்தில் கவிமணி மிகவும் சம்பிரதாயமான ஆள், அவருக்கு இலக்கிய விமர்சனம் சார்ந்த கருத்துக்களே இல்லை, அந்த அளவுக்கு உயர்வாக எல்லாரையுமே மதிக்கிறார், அது எந்த அளவுக்கு சரி என்கிற சந்தேகங்களெல்லாம் இருந்தன. அந்த நேரத்தில் புத்தகங்கள் பற்றி ரொம்ப கறாராக பேசக்கூடிய மனோபாவத்தைத்தான் நான் ஏற்றுக்கொள்ளக்கூடிய நிலையில் இருந்தேன்.

எங்கள் ஊரில் கவிமணி வாழ்ந்த காலத்தில், ஐம்பது கவிஞர்களாவது இருந்திருப்பார்கள். இந்த ஐம்பது கவிஞர்களும் மாதத்திற்கு ஒருமுறையோ, இரண்டு மாதத்திற்கு ஒருமுறையோ கவிமணியைப் போய் பார்ப்பார்கள். திராவிட கட்சியிலுள்ள படிப்பாளிகள் அல்லாத மற்ற படிப்பாளிகள் எல்லோருமே அவரைப் போய் பார்ப்பார்கள். அப்பொழுது அவர் இவர்களை பற்றி மேலோட்டமான சிந்தனையில்தான் இருக்கிறார் என்று நினைத்துக்கொண்டிருந்தேன்.

பல சந்தர்ப்பங்களில் இதை தெரிந்துகொள்வதற்காகப் பல கவிஞர்களுடைய பெயரைக் குறிப்பிட்டு, 'உண்மை யிலேயே அவரைப் பற்றி உங்களுக்கு என்ன அபிப்பிராயம்?' என்று கேட்டிருக்கிறேன். யாருமே இல்லாத சமயத்தில் நாங்கள் இருவர் மட்டுமே இருந்த சமயத்தில் அந்தரங்கம் கூடும்போது வெளியில் போய் சொல்லக்கூடாது என்கிற அடிப்படையில்தான் வெளிப்படையாக விஷயத்தைச் சொல்வார்.

பெருமாளின் கவிதை பற்றிக் கேட்டதும் அவருக்கு உயர்வான அபிப்பிராயம் இல்லை என்பது தெரிந்தது. ஆவேசத்தோடு, ஆசையோடு எழுதுகிறான், யாப்பு எல்லாம் நன்றாகத் தெரியும் என்கிற அவருடைய நல்ல

பக்கங்களையெல்லாம் சொன்னாரே தவிர அவருடைய கவிதை சிறப்பாக இருக்கிறது என்று சொல்லவே இல்லை. ரொம்ப கேட்கிற சமயத்தில் அவர் சிறிய வயதில் எழுதிய இரண்டு பாடல்களைச் சொல்லி, அதைப் படித்துப் பாரு, நன்றாக எழுதியிருக்கிறான் என்று சொல்லுவார். அவை முக்கியமான கவிதைகள் இல்லை என்பது அவர் மனதில் தெரிகிற சமயத்தில் அவருக்குள்ளும் ஒரு அளவுகோல் இருக்கிறது என்பதைத் தெரிந்துகொண்டேன்.

கவிமணிக்கு டி.கே.சி. பற்றி உண்மையிலேயே உயர்வான அபிப்பிராயம் இருந்தது. கம்பராமாயணத்தைப் பற்றி சொல்வதற்கு அவரைவிட்டால் வேறு ஆள் உண்டா? இதற்கு முன்னால் இருந்திருக்கானா, நாளைக்கு அவரை மாதிரி ஒருவன் வரப்போகிறானா? அதெல்லாமொன்றும் நடக்காது. அந்த மாதிரி ஈடுபாடு அவருக்கு கம்பராமாயணம் பற்றி. ஆனால் இவ்வளவு விஷயங்கள் சொன்னாலும்கூட ஏன் ஒரு நல்ல கவிதையை அவருக்கு எழுத முடியவில்லை. அதற்கு தனியான விஷயம் வேண்டியிருக்கிறதே. அவரும் கவிதை எழுதியிருக்கிறார். மிகவும் சாதாரணமாகத்தான் எழுதியிருக்கிறார். அவருக்கே அது பற்றி உயர்ந்த அபிப்பிராயம் இல்லையே.

அவர் கவிதை பற்றி ஆழ்ந்து கற்றிருந்தாலும், பெரிய ரசிகனாக இருந்தாலும் அவருடைய ரசனையிலோ தமிழ்ப் பற்றிலோ எந்தவித குறையும் சொல்லமுடியாத நிலைமையிலும், நமக்கு நீண்ட கவிதை பாரம்பரியம் இருந்தும், அவரால் நல்ல கவிதையை உருவாக்க முடிய வில்லை என்பதை நம் கவனத்திற்கு கொண்டுவருகிறார், வித்தியாசமான காரணங்களிலிருந்துதான் கவிதை வருகிறது என்பதை, நாம் அவரிடம் தூண்டி கேட்டோமென்றால் அவர் சொல்லும் காரணத்தை ஒற்றை வார்த்தையில் சொன்னால்கூட ஆழ்ந்த அறிவு வேண்டுமென்று சொல்லி யிருக்கலாம். அதை ஏற்காவிட்டாலும்கூட, ஏதோ எல்லா விஷயங்களையும் ஏற்பாடு பண்ணி, சுயமாகக் கற்று, சிறந்த

கவிஞராக வருவதற்கு வாய்ப்பில்லை என்பதைத்தான் தொட்டுப்பேசினார் அன்று.

எங்கள் ஊரில் ஒரு ஓவியர் கவிமணியை படம் போட்டிருக்கிறார். வேறு ஆட்களையும் வரைந்திருக்கிறார். அவர் கவிதையும் எழுதுவார். ஒன்றிரெண்டு மாதத்திற்குள் நூறு கவிதைவரை எழுதி கவிமணியிடம் காட்டுவார். ஒன்றிரண்டைப் படித்துக் காட்டச் சொல்லி பாராட்டி அனுப்புவார்.

அவரைப் பற்றி கேட்டேன். கவிதை பற்றி எந்த அபிப்பிராயமும் சொல்லவில்லை. அவன் நம்மூர் முக்கிய ஆட்களையெல்லாம் பத்து பன்னிரண்டு படங்கள்வரை போட்டிருக்கிறான். ரொம்ப நன்றாகப் போட்டிருக்கிறான். என் படத்தையும் நன்றாகப் போட்டிருப்பதாகத்தான் சொல்லுகிறார்கள். அதில் இந்தத் துப்பட்டாவின் ஜரிகையை எவ்வளவு அசலாகப் போட்டுருக்கிறான் கவனித்தாயா. உண்மை துப்பட்டா மாதிரி என்ன அருமையாக இருக்கிறது என்று ஆச்சரியமாகச் சொன்னார். திட்டவட்டமாக இந்த விஷயங்கள் பற்றி சொன்னாரே தவிர அவர் கவிதை பற்றி ஒரு வார்த்தைகூடப் பேசவில்லை. இப்படி பல ஆட்களைப் பற்றியும் உள்ளூர அளவுகோல் வைத்திருந்தார்.

டி.கே.சி.யுடைய, ராஜாஜியுடைய, கல்கியுடைய லிமிடேஷன் பற்றியெல்லாம் அவருக்கு நன்றாகவே தெரியும். இது எனக்கு அவரிடம் முக்கியமான விஷயமாகத் தெரிந்தது. டி.கே.சி.யும் அப்படித்தான். அந்தரங்கமாகப் பேசும சமயத்தில் உண்மையான அபிப்பிராயம் வெளிப்படும் என்று சொல்லியிருக்கிறார்கள். வேறொரு சந்தர்ப்பத்தில் "இலக்கிய விமர்சனம் என்பது ஒருவிதத்தில் சூழ்ச்சியான தொழில்தான். உண்மையைச் சொன்னால் வேதனைப்படவும் செய்வார்கள். தேர்வு என்பதில் மிக ஜாக்கிரதையாக இருக்கவேண்டும். பல பேர்கள் வெட்டு ஒன்று துண்டு இரண்டாக அபிப்பிராயங்களைச்

சொல்லி சங்கடப்படுத்திவிடுவார்கள். இது மறைமுகமாக டி.கே.சிக்கு பொருந்துவதுபோல் இருந்தது. வையாபுரிப் பிள்ளை மற்றவர்களை சங்கடப்படுத்திவிடக்கூடாது என்றுதான் நினைப்பார். ஆனால் முழு உண்மையையும் சொல்லிவிட வேண்டும் என்கிற ஆர்வத்தில் மனதைப் புண்படுத்திவிடுவார்.

இப்படி தமிழ் நாட்டிலுள்ள பிரபலங்கள், விமர்சகர்கள், புலவர்கள் பற்றியெல்லாம் ஏகதேசமான அபிப்பிராயம் இருந்தது. இவ்வளவுக்கும் அவருடைய வெளியுலகத் தொடர்பு பலவீனமானது என்று எனக்குத் தோன்றியது.

அதனால் அவர் சாதாரண விஷயங்களை ஆச்சரியத்தோடு கேட்பார். அவருடைய வாழ்நாட்களில் சாதாரணமாக வெளியுலகில் நடக்கக்கூடிய பல விஷயங்களை அவர் பார்த்ததே கிடையாது.

எனக்கு இருபது இருபத்திரண்டு வயதிருக்கும். எங்களூர் ஓட்டல் ஒன்றின் கல்லாவில் ஒரு பெண் அமர்ந்து பணம் வாங்கிப்போட்டுக்கொண்டிருந்தாள். அந்தப் பெண்ணையும் முதலாளியையும் தொடர்புபடுத்தி நிறைய செய்திகள் வந்தன. எப்பவும் நாலைந்து பேர்களாவது ஓட்டலின் முன் நின்று அந்தப் பெண்ணைப் பார்த்துக்கொண்டிருப்பார்கள். பெண் கல்லாவில் இருப்பதாலேயே அந்த ஓட்டலுக்கு போகவேண்டும் என்று தீர்மானித்த ஆட்கள்தான் அதிகம், அந்த ஓட்டலுக்குப் போகவேண்டாம் என்று தீர்மானித்தது சிலபேர்கள்தாம். இந்த விஷயத்தைக் கவிமணியிடம் சொன்னதும், உண்மையாகவா பெண் தைரியமாக கல்லாவில் அமர்ந்திருக்கிறாளா? ஆண்களெல்லாம் கல்லாவில் காசைக் கொடுத்து பாக்கியை வாங்கிக்கொண்டு போகிறார்களா? என்று திரும்பத் திரும்ப விசாரித்துப் பத்து தடவையாவது ஆச்சரியத்துடன் கேட்டிருப்பார். இந்த மாதிரி சின்னச் சின்ன சம்பவங்கள் அவரை மிகவும் ஆச்சரியத்தில் ஆழ்த்தும். பத்து, பன்னிரண்டு வயது

சிறுமிகள் சைக்கிள் படிக்கிறார்கள் என்றதும் அவரால் நம்பவே முடியவில்லை. நாளைக்குக் கார் ஓட்டுவார்கள். அப்புறம் ஏரோப்பிளேன் ஓட்டுவார்களோ என்பார். மெட்ராஸ் போயிருந்தாலும் அந்த நகர வாழ்க்கை பற்றி தெளிவான பார்வை அவருக்கு இல்லை. பொதுவாகவே நகர வாழ்க்கை பற்றிய அவருடைய பார்வை பலவீனமானது.

என்.எஸ். கிருஷ்ணன் சினிமாத் துறையில் புகழின் உச்சியிலிருந்த சமயம். எங்கள் மாவட்டத்தைச் சேர்ந்தவர் என்பதால் எங்களூர் ஜனங்களுக்கு அவர் பேரில் விருப்பமும் சந்தோஷமும் அதிகம். அவருக்கு ரஷ்யா செல்லும் சந்தர்ப்பம் வந்தது. எனக்குத் தெரிந்து பின்னால் சில கம்யூனிஸ்ட் ஆட்கள் போயிருக்கிறார்கள். கம்யூனிஸ்ட் அல்லாத வேறு துறையைச் சார்ந்தவராக அங்கு போனது என்.எஸ். கிருஷ்ணன்தான்.

கிருஷ்ணன் என்ன மொழியில் பேசுவார், சபையில் எப்படி சொற்பொழிவாற்றுவார் என்பதெல்லாம் தெரிந்துகொள்வதில் ஆவலுடன் இருந்தேன். அவர் வந்ததும் ரஷ்ய அனுபவங்களைப் பேசுவதற்காகவே கூட்டம் போட்டார்கள்.

கிருஷ்ணனுக்கும் கவிமணிக்கும் நெருங்கிய நட்பு. ஊருக்கு வந்தால் அடிக்கடி கவிமணியைப் போய் பார்ப்பார். அண்ணாத்துரைக்கும் கவிமணிக்கும் நட்பு இருந்தது. இப்படி பலதரப்பு ஆட்களிடமும் அவர் நட்பு வைத்துக்கொள்ள விரும்புவார். அவருடைய கொள்கை, கோட்பாடுகளுக்குட்பட்ட ஆட்களிடந்தான் நட்பு வைத்துக்கொள்ள வேண்டும் என்கிற கட்டாயம் அவரிடம் கிடையாது. அவர்களுக்கும் இவர் எல்லாத்துக்கும் பொதுவாக இருக்கிற சீர்திருத்தவாதி என்கிற எண்ணந்தான்.

கிருஷ்ணன் அவரை இரண்டு முறை சந்தித்துவிட்டு கூட்டத்தில் பேசப்போகும் விஷயத்தைச் சொல்லிவிட்டுப் போனார். கவிமணிக்கு அவர் ரஷ்யா பற்றி என்ன

சொல்லுகிறார் என்பதைக் கேட்கவேண்டுமென்று தாங்கமுடியாத ஆசை. உடல் நிலை காரணமாக போகமுடியாது என்பதால் வழக்கமாக அவரைப் பார்க்க வரும் சிலரிடம் கிருஷ்ணனின் பேச்சை கேட்டுவிட்டு வந்து சொல்லும்படி சொல்லியிருந்தார். அந்தக் கூட்டத்திற்கு நான், என்னுடைய மாமா பரந்தாமன் இரண்டுபேரும் போயிருந்தோம். பெரிய அரசியல் தலைவரின் கூட்டத்துக்கு வரும் ஜனங்களுக்கு இணையான கூட்டம் இருந்தது.

கிருஷ்ணன் மிகவும் நகைச்சுவையாகப் பேசினார். இரண்டு நிமிடத்திற்கொருமுறை கூட்டம் சிரித்தபடி இருந்தது. அவர் பேச்சுவழக்கு தமிழில் ரஷ்ய அனுபவங்களை விரிவாகப் பேசியது ஜனங்களுக்குப் பிடித்தது. "நான் தமிழில்தான் பேசினேன். ஆங்கில மொழிபெயர்ப்பாளரும் ரஷிய மொழிபயர்ப்பாளரும் இருந்தார்கள். நான் ஐந்து நிமிடங்கள் பேசியதும், ஆங்கிலத்திலும் பின் ரஷிய மொழியிலும் மொழிபெயர்த்தார்கள். ரஷ்யர்கள் மிகவும் சந்தோஷத்துடன் சிரித்தபடி ரஸித்தார்கள். "காந்தியை பற்றி உயர்வாக பேசிய சந்தர்ப்பத்தில், நான் பத்து நிமிடங்கள் பேசினேன். ஆனால் அவர்கள் இரண்டு நிமிடத்தில் மொழிபெயர்த்து முடித்துவிட்டார்கள்" என்றார்.

"நான் பேசியதை முழுக்க மொழிபெயர்க்கவில்லை என்பது தெரிந்ததும், பத்துநிமிடப் பேச்சையும் மொழிபெயர்த்தால்தான் தொடர்ந்து பேசுவேன் என்று நின்றுகொண்டு பேசிய நான் கீழே உட்கார்ந்துவிட்டேன்."

"அந்த நேரத்தில் சோவியத்யூனியனில், கைது செய்யப்பட்டாலோ, வேறு பிரச்சனை ஏற்பட்டாலோ சுலபமாக தீர்க்கமுடியாது என்று சொல்லுவார்கள். அந்த தேசத்தில் இருந்ததோ இல்லையோ, மர்ம தேசம் போல் உள்ளூர எல்லோருக்கும் பயம் உண்டாயிருந்தது. ஆனால் நான் பிடிவாதமாகச் சொன்னேன். அந்தப் பகுதியை மொழிபெயர்த்த பிறகுதான் தொடர்ந்து பேசுவேன் என்று. அவர்கள் மொழிபெயர்த்த பிறகுதான் தொடர்ந்து

பேசினேன். காந்திபேரில் மிகவும் ஈடுபாடுள்ள ஜனங்கள் என்பதால் அவர்கள் கைதட்டி ரொம்பவும் ரசித்தார்கள்."

அடுத்து இந்த விஷயங்களெல்லாம் கவிமணிக்குப் போய் சேர்ந்தது. அவருக்கு மகிழ்ச்சி தாங்கவில்லை. "கிருஷ்ணன் படித்தால் என்ன படிக்காவிட்டால் என்ன, அவனைவிடக் கெட்டிக்காரன் யார் இருக்கா. படிச்சிருந்தால்தான் மூளையுள்ளவன் என்று அர்த்தமா? என்ன புத்திசாலித்தனமாக பேசியிருக்கான்" என்று ரொம்ப உயர்வாகச் சொன்னாராம்.

1952வாக்கில் எங்களூருக்கு ஓராள் வந்தார். கவிமணியிடம் நீங்களெல்லாம் என்.எஸ்.கேயை ஆதரிக்கக்கூடாது என்று சொன்னாராம். ஏன் அப்படி சொல்கிறீர்கள்? அவர் புத்திசாலியான ஆள். தேச பக்திமிக்கவர். பிரபல சிரிப்பு நடிகர். டி.கே.சிக்கு ராஜாஜிக்கு கல்கிக்கு எல்லாம் அவரைப் பற்றி உயர்ந்த அபிப்பிராயம். ஏன் புகழ்ந்து பேசக்கூடாது என்று கேட்டாராம். அவரிடம் ஒழுக்கம் சம்பந்தமாக, பெண்கள் சம்பந்தமாக, மது அருந்துவது பற்றியெல்லாம் ஏதோ சொல்லியிருக்கிறார். அதன் பின் கவிமணி பேசவேயில்லை. மௌனமாகிவிட்டார். அந்த ஆளும் போய்விட்டார்.

பெருமாளும் நானும் போயிருந்த சமயத்தில் அந்த ஆள் சொன்னது உண்மைதானா என்று பெருமாளிடம் கேட்டார். பல தடவை சென்னைக்குப் போய் இலக்கியத் துறையில் பலவிதமான வேலைகள் செய்யக்கூடிய ஆற்றல் இருந்தும், வேலை கிடைக்காததாலும், வேறுவிதமான வேலைகள் செய்வதற்குள்ள திறமை இல்லாததாலும் சினிமா நடிகர்கள் வீடுகளுக்குப் போய், அவர்களைப் பற்றிய செய்திகளை சேகரித்து, ருசிகரமாக மாற்றி, அதை சாதாரண பத்திரிகைகளில்–அவருக்கு பத்திரிகை மொழியே கிடையாது, இலக்கிய மொழிதான்–சாதாரணமொழிக்கு மாற்றிப்போட்டு பிரசுரிப்பது போன்ற பிழைப்பை நடத்திக்கொண்டிருந்த சோதனையான காலகட்டம்

பெருமாளுக்கு இருந்தது. அவருக்கு சினிமா உலகம் பற்றி நிறைய விஷயங்கள் தெரியும். கவிமணிக்கும் கிருஷ்ணனுக்கும் நெருக்கமான உறவு இருந்ததால் பெருமாளுக்கு சொல்லவும் முடியவில்லை, சொல்லாமல் இருக்கவும் முடியவில்லை. பொய் சொல்லவும் இஷ்டப்படவில்லை. "கேட்கிறேன், மௌனமாக இருக்கிறாயே" என்று கவிமணி அதட்டலாகக் கேட்டதும் 'கொஞ்சங்கொஞ்சம் தப்புகள் இருக்கும் என்று தோன்றுகிறது' என்று தயக்கத்துடன் சொன்னார். கவிமணி 'சிவ சிவா' என்றார்.

எனக்குத் தோன்றியது அவர் கொஞ்சங்கூட சந்தேகப்படவேயில்லை. அவருக்குப் புற உலகு பற்றிய அறிவு பலவீனமாக இருக்கிறது. நாகர்கோவில், திருவனந்தபுரம்தான் தெரியும். பல இடங்களுக்கும் சுற்றக்கூடிய ஆளே இல்லை. அவரைப் போய் ஆட்கள் பார்ப்பார்களே தவிர, அவர் யாரையும் போய் பார்த்ததில்லை. புத்தகங்கள் படிப்பது, கல்வெட்டு ஆராய்ச்சி செய்வது, கவிதை எழுதுவது, குழந்தைகளுக்கு படிப்புச் சொல்லித்தருவது போன்ற காரியங்கள் செய்திருக்கிறாரே தவிர ஆட்களிடம் போய் பழகியதே இல்லை. ஓரளவு சின்னக்குழந்தை போல்தான் வாழ்ந்திருக்கிறார், உலகம் தெரியாமல். சாதாரண பையன்களுக்குக்கூட இந்த விஷயங்கலெல்லாம் தெரியுமே. இது பற்றி நானும் பெருமாளும் ஆச்சரியமாகப் பேசிக்கொண்டோம். அவர் ஏன் இப்படி அதிர்ச்சி அடையவேண்டும்?

இப்படியொரு விஷயம் அவரைப் பற்றி தெரியவந்தது. அரசியலில் என்னன்ன தந்திரங்கள் நடக்கிறது என்பது பற்றி அவருக்கு அதிகமாக ஒன்றும் தெரியாது. அன்றாட அரசியலில் என்னன்ன தந்திரங்கள் நடக்கின்றன. அவற்றின் பின்னால் உள்ள சூஷ்மங்களை அவரால் புரிந்துகொள்ள முடிந்ததில்லை. வெகுளித்தனமாக இருந்தார். புறஉலகம் எப்படி செயல்படுகிறது. அதைப் பற்றி உள்ள எண்ணம் ரொம்ப சிறிது அவருக்கு.

அவருக்குக் குழந்தைகள் நன்கு படிக்கவேண்டு மென்கிற அபிப்பிராயம் இருந்தது. பெண்கள் படிக்கவேண்டு மென்பதில் விருப்பம் இருந்தது. மேல் படிப்பு படிக்கவில்லை என்றாலும், பத்து வகுப்புகளாவது படிக்கவேண்டும். படிப்பது குடும்பத்தைக் கவனிக்கவும், குழந்தைகளை நன்கு வளர்க்கவும் உதவும் என்கிற எண்ணம் இருந்தது. பெண்கள் வேலைக்குப் போவதை மனப்பூர்வமாக ஆதரிப்பாரா என்பதை என்னால் நிச்சயமாக் சொல்ல முடியாவிட்டாலும், பெண்கள் படிக்கணும், சொந்தக் காலில் நிற்கவேண்டும் என்கிற எண்ணம் இருந்தது. என் வயதில் யார் போனாலும் என்ன படிக்கிறாய்? நன்றாக படிக்கவேண்டுமென்று சொல்லுவார். அவருக்கு நல்ல சொத்து வசதியிருந்தது. குழந்தை இல்லை. சிக்கனமான வாழ்க்கை. ஆடம்பரத்தில் விருப்பமில்லாதவர். பத்துக் குழந்தைகளுக்காவது படிப்பதற்குப் பணம் கட்டினார்.

நாங்களிருக்கும்போது பலதடவை அந்தக் குழந்தைகள் வீட்டிற்கு வந்திருக்கிறார்கள். வந்ததும் பணம் கொடுக்கச் சொல்லி அனுப்பமாட்டார். அவர் பள்ளி ஆசிரியர் என்பதால் அவருக்குப் பிடித்த தமிழ் சம்பந்தமான சில கேள்விகளைக் கேட்பார். குழந்தைகள் தப்பாகப் பதில் சொன்னால் என்ன சொல்லித்தரான் இந்த வாத்தியான், சின்ன கேள்விகளுக்குக்கூட பதில் சொல்லத் தெரியவில்லையே என்று கோபித்துக்கொள்ளுவார். பிறகு பணத்தைக் கொடுக்கச்சொல்லி அனுப்புவார்.

ஒவ்வொரு நாளும் யாராவது ஒருவர்மூலம் ஹிந்து பத்திரிகையைப் படிப்பார். முதலில் தலைப்பை வாசித்துவிட்டு, தொடர்ந்து செய்தியை வாசிக்கவா என்று கேட்பார்கள். ஸ்போர்ட்ஸ் மாதிரி சில பிடிக்காத விஷயங்கள் பக்கமே போகமாட்டார். கிட்டதட்ட ஒரு மணி நேரமாவது பேப்பர் படிப்பார்கள். அரசியல் உலகில் என்ன நடக்கிறது என்பதில் ஆர்வம் உண்டே தவிர, அரசியல் சார்ந்த அபிப்பிராயம் எல்லாம் வலுவாக

இருந்ததாக எனக்குத் தோன்றவில்லை. இந்திய சுதந்திர போராட்ட காலத்தில் பாரதியின் தியாகம், துணிச்சல், அவருடைய அஞ்சாநெஞ்சம் பற்றியெல்லாம் ரொம்பப் பெருமையாகப் பேசுவார். மற்ற சுதந்திர போராட்ட வீரர்கள் பற்றியும் பெருமையாய் பேசுவார். ஆனால் அவர் பங்கேற்றதுபோல் எதுவும் சொல்வதற்கு இல்லை.

இந்தியாவுக்கு சுதந்திரம் கிடைத்த பிறகுதான் நான் அவரைப் பார்த்தேன். நேரு, பட்டேல் போன்றோர்களிடம் உயர்ந்த அபிப்பிராயம் வைத்திருந்தார். குறுகிய காலகட்டத்துக்குள் அவர்கள் இந்தியாவை மேல் நிலைக்குக் கொண்டுவந்துவிடுவார்கள், அவர்களைவிட உயர்வான சிந்தனை உள்ளவர்கள் வேறு யார் இருக்கிறார்கள் என்கிற எண்ணமும், காந்திக்கு இணையாக உலகில் புத்தரை வேண்டுமானால் சொல்லலாம், அந்த மாதிரி பெரிய வரிசையில் வந்தவர் காந்தி என்கிற எண்ணமும் அவருக்கு வலுவாக இருந்தன. அப்பழுக்கற்ற தேசிய உணர்வு கொண்ட ஆட்கள் என்ன சொல்லுவார்களோ, அந்த விஷயங்களைச் சொல்லுவாரே தவிரக் காங்கிரஸ் பற்றி விமர்சனம் சொல்வது, இடதுசாரிகளை விமர்சன ரீதியாக பார்ப்பது, சில கருத்துக்களைப் பாராட்டுவது, அப்படி எந்த விஷயத்தையும் நான் அவரிடம் பார்த்ததில்லை.

ஆனால் என்னுடைய பகுதியில் குறிப்பிட்ட அரசியல் இயக்கம் உருவாயிற்று. அதாவது தமிழ் மொழி பேசுகிற தென் திருவிதாங்கூர் பகுதியைத் தமிழ் நாட்டோடு இணைக்க வேண்டும், அது கேரளத்துடன் இருக்கவேண்டிய அவசியம் இல்லை என்கிற இயக்கம் உருவாகி, அதற்குத் தமிழ் நாடு காங்கிரஸ் என்கிற பெயர் ஏற்பட்டு, முக்கியமான அரசியல் இயக்கமாக கன்னியாகுமாரி மாவட்டத்தில் வளர்ந்திருந்தது. தேசிய இயக்கமான காங்கிரசிலிருந்து பிரிந்துதான் இந்த இயக்கத்தை ஆரம்பித்தார்கள். நேரு மொழிவழி மாநிலக்கொள்கையை ஆதரிக்காததால், இவர்கள் தனியாகப் பிரிந்து வந்து இயக்கத்தை

உருவாக்கினார்கள். ஆரம்பத்தில் நேரு சொல்வதுதான் சரி. அண்டை மாநில மொழியை கற்றுக்கொள்வது ஒற்றுமைக்கு வழி வகுக்கும் என்றுதான் சொல்லிக்கொண்டிருந்தார். இயக்கம் வளர, வளர அன்றாடச் செய்திகளும் உணர்ச்சிவசமான போராட்ட முறைகளும் அவருடைய எண்ணங்களை மாற்றிக்கொண்டே வந்தன. நான் அவரை பேட்டியின்போது கேள்வி கேட்கும் சமயத்தில் இந்த விஷயம் இயற்கையாக நடக்குமா? வன்முறை மூலந்தான் இந்தக் காரியம் கைகூடும் என்று சிலரும், சில பேர்கள் அகிம்சா வழியிலேயே வெற்றிபெறமுடியும் என்றும் சொல்கிறார்கள், உங்கள் அபிப்பிராயம் என்ன? என்று கேட்டேன். ஒளித்துப் பேசவோ, மனம் திறந்து பேசவோ அவருக்கு விருப்பம் இல்லை. அவர் என்ன சொன்னார் என்றால் மயிலே மயிலே இறகு போடு என்றால் இறகு போடுமா அப்படின்னார். கொஞ்சம் பலாத்காரமாக வற்புறுத்துவதில் தப்பில்லை. தமிழ், தமிழ் நாட்டோடு இணையவேண்டும் என்பதுபோல் பேசினார். இந்த மாதிரி சில சமயங்களில் அரசியலை பற்றிய அவரது கருத்துக்கள் வலுவாக இருக்கும். அரசியல்வாதிகளிடம் அரசியல் பற்றிப் பேசவே மாட்டார். அவர் ஆர்வமெல்லாம் செய்திகளை தெரிந்துகொள்வது, அது பற்றி சிந்திப்பது என்பதில் இருந்தது

~ ~ ~

அரவிந்தன்: அவரிடம் உங்களை ஈர்த்தது எது? நவீன எழுத்தாளர் என்று அவரை சொல்லமுடியுமா?

எங்களூரில் இருக்கும் கவிஞர். முக்கியமாக, கவிஞர் என்பதைவிட அபூர்வமான மனிதர் என்கிற எண்ணம் என் மனதில் ஆழமாக இருந்தது. எங்கள் வீட்டை சுற்றியே பல அறிஞர்கள் இருந்தார்கள். நான் அவர்களையெல்லாம் பார்த்ததில்லை. சிறுகதை எழுத்தாளனோ, நாவலாசிரியனோ என் *சிறு* வயதில் எங்கள் ஊரில் இல்லவேயில்லை. ஒரு விதத்தில் எங்கள்

மாவட்டத்தில் தீவிரமாய் சிறுகதையோ நாவலோ எழுத ஆரம்பித்ததே நான்தான்.

தோற்றம் என்கிற நிலையில் பலர் சிறுகதை எழுத முயன்றிருப்பார்கள். தமிழ் நாட்டில் வளர்ந்து வரக்கூடிய சிறுகதை கலை போல்–கு.ப. ராஜகோபாலன், ந. பிச்சமூர்த்தி, புதுமைப்பித்தன் போன்றவர்களின் கலையின் தொடர்ச்சியாக நாம் சிறுகதை உருவாக்கவேண்டும் என்கிற உள்ளுணர்வுகளுடன் இந்த காரியங்களை செய்வது என்று எனக்குத் தெரிந்து, எனக்கு முன்னால் இந்த மாவட்டத்தில் யாரும் செய்யவில்லை.

ஆனால் கவிஞர் இருக்கிறார். அவர் மட்டுமல்ல தமிழ்நாட்டில் நிறைய கவிஞர்களிருக்கிறார்கள். கவிதைதான் ஆக முன்னோடியான இலக்கிய உருவமாக அந்தக் காலகட்டத்தில் இருந்தது. எழுத்தில் ஆர்வம் உள்ள ஆட்களுக்குக் கவிஞரைத்தான் பார்ப்பதற்கான வாய்ப்பு இருந்தது. முக்கியமாகக் கருதப்படுகிற கவிஞர் கவிமணி. அவரைப் போய் பார்ப்போம் என்கிற எண்ணம் எனக்கு அப்போது உருவாயிற்று.

இவருடைய கவிதையில் இலக்கணப்பிடிப்பு என்பது ஒன்றுமே இல்லை. பாரதியின் பாடல்களைவிட இவருடைய வடிவம் இன்னும் லகுவாகத்தான் இருக்கிறது. யாருமே அவருடைய கவிதையை படித்துப் புரிந்துகொள்ளலாம்.

கவிதை கடினமாக இருப்பது அவருக்கு விருப்பமே இல்லை. பாரதியின் குயில் பாட்டு அவ்வளவு லகுவான கவிதை என்று சொல்ல முடியாது. தெ.பெ.மீ விளக்கம் கொடுத்த பிறகுதான் ரொம்பப் பேர்களுக்கு குயில்பாட்டின் அர்த்தம் புரிய ஆரம்பித்தது என்று இலக்கிய உலகில் சொல்லுவார்கள்.

அவர் கவிஞராக அபூர்வமான மனிதர் என்கிற எண்ணமும், அது பற்றிய மிகையான கற்பனையுடந்தான் அவரைப் பார்க்கப்போனேன்.

அந்தக் காலகட்டத்தில் நான் என்னை ஒரு தீவிரமான இயக்கத்தோடு இணைத்துக்கொண்டிருந்தேன். எனக்கு எந்த அளவுக்குத் தீவிரம் இருக்கிறதோ அந்த தீவிரம் காணாது என்று சொல்லக்கூடிய இயக்கந்தான் என்னைப் பார்த்து வந்துகொண்டிருந்தது. மற்ற ஆட்கள் எவ்வளவு தீவிரவாதியாக இருக்கிறார்கள். எனக்கு அந்த அளவுக்கு தீவிரமாகச் சிந்திக்க முடியவில்லையே. தீவிரமாகக் காரியங்கள் ஆற்றமுடியவில்லையே, நான் எவ்வளவு பின்தங்கி இருக்கிறேன் என்கிற வருத்தத்துடன் இருக்கிற சமயத்தில்தான் அவரை பார்க்கிறேன். கவிமணி வெளிப்படையாக பழமைவாதிதான். அப்படி அவரை பார்ப்பதில் என்ன சந்தோஷம் என்றால் அவர் பேசும் விஷயத்திலிருந்து, என்னுடைய படைப்பு சார்ந்தோ இலக்கிய ஆர்வம் சார்ந்தோ ஏதாவது அற்புதமான விஷயம் கிடைக்கலாம் என்று உள்ளூர எண்ணம் இருந்தது. சில விஷயங்கள் கிடைத்தன. என் கற்பனைபடி கிடைக்கவுமில்லை. பெரும்பான்மையான தோழர்களுக்கு நான் அவரைப் போய் பார்ப்பதில் விருப்பம் இல்லை. அவர்களுக்குக் கவிதை மற்றும் இலக்கியங்களில் அவ்வளவு ஈடுபாடு இல்லாவிட்டாலும் கோட்பாட்டளவில் அவர் பிற்போக்குவாதி என்கிற எண்ணம் இருந்தது. என் மனதிலிருந்த எண்ணம் காரணமாகக் கடைசிவரை தொடர்பு வைத்துக்கொண்டிருந்தேன். அவர் இறந்த செய்தியை பெருமாள்தான் கொண்டுவந்தார். பெருமாள் மிகவும் கலங்கிப்போய் இருந்தார்.

கவிமணியை ஆளுமை என்கிற அளவில் எப்படி பார்க்கிறீர்கள்?

கவிமணியைப் பெரிய ஆளுமை என்று சொல்ல மாட்டேன். சொல்லப்போனால் பாரதி அளவுக்கோ, டி.கே.சி. அளவுக்குக்கூட ஆளுமை இல்லை. டி.கே.சியிடம் ஆளுமை என்கிற அம்சம் பலமாக இருக்கிறது. தான் உருவாக்கிய சிந்தனைகளை வெளிப்படையாக முன் வைக்கக்கூடியவர் அவர். தமிழ் இலக்கியத்தில் நம்முடைய

பார்வையில் பெரிய மாற்றத்தை உருவாக்கக்கூடியவர். படைப்பாளி இல்லை என்றாலுங்கூட அவர் பெரிய ஆளுமைதான்.

கவிமணிக்கு சமூக மதிப்பீட்டை அனுசரித்துப் போகக் கூடிய மனோபாவம் இருந்தது. ஆத்மார்த்தமாகத்தான் காரியங்கள் செய்திருக்கிறார். அவருக்கு நம்பிக்கையுள்ள காரியங்களைதான் ஆழ்ந்து செய்திருக்கிறார். அவருடைய பெரும்பாலான கவிதைகள் எளிமையானதாகவும் இனிமையாகவுந்தான் இருந்திருக்கிறது. சிறப்பான ஆசிரியர். நேர்மையான கவிஞர். அழகான மேடை பேச்சாளர். எங்கள் மாவட்டத்தில் நிறைய அறிஞர்கள் இருந்தாலுங்கூட, அவுட்ஸ்டான்ங்க் பேர்சன் இவர்தான். அந்தக் காலக்கட்டத்தில் நாஞ்சில்நாட்டு ஜனங்களின் தமிழ் உணர்வுக்கு பிம்பமாக இருந்தார். நம்மிடமிருந்தும் பல விஷயங்கள் உருவாகும் என்கிற நம்பிக்கையை மறைமுகமாக ஊட்டியிருக்கிறார். இதே மாதிரி கலைகளில், நடிப்பு, மற்றத் துறைகளில் இருக்கக்கூடிய விஷயங்களை என்.எஸ். கிருஷ்ணன் ரொம்ப அளவுக்கு வளர்த்து விட்டிருக்கிறார். கலைகள் பெயரிலோ இலக்கியத்தின் பெயரிலோ இருக்கக்கூடிய ஈடுபாடுகளுக்கு இவர்கள் இருவரும் அடையாளச் சின்னமாக இருந்திருக்கிறார்கள். ஆட்களோடு உறவுமுறையெல்லாம் அழகாகத்தான் வைத்துக்கொண் டிருந்தார் அவர். அப்படி எல்லாத் துறைகளிலுமே தப்புத்தண்டாவுக்கு போவது, அடாபிடித்தனமாகப் பேசுவது என்பதெல்லாம் அவருடைய சுபாவத்திலேயே இயற்கையாக இல்லை

அவர் வாழ்க்கையில் நோய்வாய்பட்டவர் என்பது துரதிருஷ்டமான விஷயந்தான். ஆனால் நிறைய விஷயங்களில் அதிர்ஷ்டசாலி. நாற்பத்தைந்து, ஐம்பது வயதுவரை பெரிய அளவுக்கு பேர் ஒன்றும் அவருக்கு உருவாகவில்லை. அதன்பின் உள்ள பதினைந்து வருட வாழ்க்கை தலைகீழாக மாறிவிட்டது. இப்படி கடைசி காலத்தில் புகழ்பெற்ற கவிஞர் அபூர்வமாகத்தான்

இருந்திருப்பார்கள். முக்கிய காரணம் டி.கே.சியின் நட்பும், பிற நட்புக்கள் உருவானதும். என்ன காரணத்தினாலேயோ நாமக்கல் ராமலிங்கம் பிள்ளைக்கு கிடைக்காத மதிப்பு இவருக்குக் கிடைத்தது. அவர் தேசியவாதி. நாட்டின் சுதந்திரத்துக்காகப் போராடியவர். ராமலிங்கம் பிள்ளையைப் பாராட்டுபவர்கள்கூடக் கவிமணிபேரில்தான் ஆழ்ந்த ஈடுபாடு வைத்துக்கொண்டிருந்தார்கள். அதற்கெல்லாம் திட்டவட்டமான காரணங்களைச் சொல்லமுடியவில்லை.

ஆனால் சமூகத்தில் நடந்த பிரச்சனையை மையமாக வைத்து எழுதிய அவருடைய கவிதை முக்கியமானது. பின்னால் திருவிதாங்கூரில் நடந்த போராட்டம் காரணமாக மருமக்கள்வழிமுறை போவதற்கு ஆதாரமான சட்டம் ஸ்ரீமூலம் சட்டசபையில் நிறைவேறிவிட்டது.

இலக்கியம் பெரிய மாற்றங்களை உருவாக்கும் என்பதற்கெல்லாம் உதாரணம் சொல்லமுடியாது. ஏனென்றால் கவிமணியின் செயல்பாடு மென்மையாகவும் சூசகமாகவும் நடந்திருக்கிறதே தவிர, கண்ணுக்கு எதிராக நடந்த மாற்றமாகத் தெரியவில்லை. கவிதையை, ரொம்பக் காலமாக இருக்கிற துன்பத்தை, கவிஞர் மொழியில் அல்லாமல் மக்களின் பயன்பாட்டு மொழிக்குள் எழுதி எல்லாரையும் படிக்கச் செய்த விஷயம் முக்கியமாகப் படுகிறது.

அவர் மனப்பூர்வமாகச் செய்தாரோ இல்லையோ கவிதையைப் பற்றி பல புனிதமான எண்ணங்கள் அந்தப் பாடல்கள் மூலம் உடைக்கப்பட்டிருக்கின்றன. அவ்வளவு யதார்த்தமான கதையைக் கவிதைக்கு கருவாக எடுத்துக்கொள்வது, மரபு சார்ந்த கதாபாத்திரங்கள், எள்ளல் போன்ற பல்வேறு விஷயங்களைக் கவிதைக்கு அன்னியமாகவும், பேச்சுமொழிக்கு அப்பாற்பட்ட மொழியில் மேன்மையான விஷயங்களைத்தான் கவிதைக்கு பயன்படுத்தவேண்டுமென்கிற காரியத்தை உடைத்துவிட்டார்.

எங்கள் மாவட்டத்தில் பின்னால் உண்மையான எழுத்து உருவாவதற்கு அது மறைமுகமான தூண்டுதலாக இருந்திருக்கலாம் என்று நினைக்கிறேன். வாழ்க்கையில் துரதிருஷ்ட்டவசமான விஷயம் என்னவென்றால் அவருக்கு வையாபுரிப் பிள்ளை மிக நெருக்கமான நண்பர். டி.கே.சிக்கும் அவர் நெருக்கமான நண்பர். வையாபுரிப் பிள்ளைக்கு டி.கே.சி. பெரிய ஆளுமை என்கிற மதிப்பு இருக்கிறது. டி.கே.சிக்கு வையாபுரிப் பிள்ளை அவுட்ஸ்டான்டிங்க் ஸ்காலர் என்ற மதிப்பு உண்டு. அவர்களுக்குள் முக்கோண உறவு இப்படி இருந்தது. ஆரம்பகாலத்திலிருந்தே வையாபுரிப் பிள்ளைக்கு டி.கே.சியின் காரியம் அறவே பிடிக்கவில்லை. அவர் கம்பனின் பாடல்களை ஆதாரம் இல்லாமல் திருத்துகிறார் என்பதை ஆராய்ச்சியாளரான அவரால் ஏற்றுக்கொள்ளவே முடியவில்லை. அதிகம் பேர் டி.கே.சியின் கவர்ச்சியால் பாதிக்கப்பட்டு அவர் பக்கத்தை நியாயப்படுத்தி வைத்திருந்தார்கள். அதற்குள் வையாபுரிப் பிள்ளை போகவில்லை. பேராசிரியர் அ. ஸ்ரீநிவாசராகவனும் சேரவில்லை என்று கேள்விபட்டிருக்கிறேன்.

பின்னால் டி.கே.சியின் உடல்நிலை பாதிக்கப்பட்டு பார்ப்பதற்கு மோசமான நிலையில் இருந்தார். கம்பராமாயணப் புத்தகத்தின் பதிப்புகள் வந்த நேரத்தில் 'இந்து' பத்திரிகையிலிருந்து அதன் பதிப்பாளர் வையாபுரிப் பிள்ளைக்கு பிரதியை அனுப்பிக் கொடுத்தார். வையாபுரிப் பிள்ளை விமர்சனம் செய்கிறபொழுது பல சிறப்பான அம்சங்களை பாராட்டி, கம்பன் பாடலைத் திருத்தியதை வன்மையாக கண்டித்திருக்கிறார். தென்காசியில் நடைபெற்ற அந்தப் புத்தக வெளியீட்டு விழாவுக்கு டி.கே.சி. தலைமை வகித்தார். அவர் பங்குகொண்ட கடைசி நிகழ்ச்சியாகக்கூட அது இருக்கலாம். அந்த நிகழ்ச்சிக்கு சென்னையிலிருந்து பல ஆட்கள், டி.கே. சியால் கவரப்பட்ட மலையாளத்துப் பேராசிரியர்கள் பலரும் போயிருக்கிறார்கள். வையாபுரிப் பிள்ளையின்

மதிப்புரை டி.கே.சிக்கு பெரிய மன ரீதியான பாதிப்பை ஏற்படுத்தியிருக்கிறது.

ஆரம்ப காலத்திலிருந்தே கவிமணி என்னுடைய திருத்தங்கள் ரொம்ப நயமாக இருக்கிறது, தவறு இல்லை என்று சொல்லியிருக்கிறார். கவிஞரான அவருக்கு சொல்வதற்கு உரிமை உண்டு. அறிஞர்களுக்கு அந்த உரிமையிருக்கிறது என்று சொல்லமுடியாது எனச் சொல்லி வையாபுரிப்பிள்ளைக்கு எதிராகக் கவிமணியைக் சுட்டிக்காட்டிப் பேசியிருக்கிறார்.

'கம்பன் காவியம்' என்கிற அந்த புத்தகத்தின் பின் இணைப்பாக கவிமணியின் கடிதம் ஒன்றை வையாபுரிப்பிள்ளை இணைத்துவிடுகிறார். டி.கே.சி. சொன்னது தவறு. நான் ஏற்றுக்கொள்ளவே மாட்டேன் என்று திட்டவட்டமாக கவிமணி மறுத்திருக்கிறார். கவிமணி தொடர்ந்து டி.கே.சியை ஆதரிப்பதான மனப்பதிவைக் கொடுத்திருக்கிறார். இந்த விஷயம் வெளிப்பட்டுவிட்டது. வையாபுரிப் பிள்ளை எவ்வளவு முக்கியமான விமர்சகர். அது சம்பந்தமாக லௌகீகமான நட்பையெல்லாம் அவர் கணக்கெடுத்துக்கொள்ளமாட்டார். கவிமணிக்கும் வையாபுரிப் பிள்ளைக்கும் நெருக்கமான உறவு உண்டு. இருந்தும் அந்தக் கடிதத்தைப் பிரசுரித்தது, இக்கட்டான நிலைமையைக் கவிமணிக்கு உருவாயிற்று. டி.கே.சிக்கு மட்டுமல்ல அவருடைய நண்பர்களுக்கும் தெரியும் – கவிமணி தொடர்ந்து டி.கே.சியைப் பாராட்டி வந்திருக்கிறார் என்பது. வேடிக்கையான விஷயம். கவிமணி கவிதையை எழுதியதும் பிரசுரத்துக்கு முன்னால் டி.கே.சிக்கு அனுப்புவார். அவர் திருத்தம்போட்டு அனுப்புவார். கவிமணி அதைப் பாராட்டுவார். இதெல்லாம் கடைசிக் காலத்தில் நேர்ந்தது.

அவர் கவிஞராக உருவாகி வரும் சமயத்தில், எந்தக் கவிதையையும் டி.கே.சி. பார்த்ததேயில்லை. கடைசிக் காலத்தில் சில பலவீனங்கள் ஏற்பட்டிருக்கலாம்.

கம்பனின் கவிதையையே திருத்தலாம் என்கிற தன்னம்பிக்கை இருக்கும்போது கவிமணியின் கவிதையைத் திருத்துவது பெரிய விஷயமாக டி.கே.சிக்கு இருந்திருக்காது. ஆனால் கவிமணி திட்டவட்டமாக டி.கே.சி. சொல்வது தவறு என்று மறுத்துவிட்டு முரண்பாடாக டி.கே.சியிடம் ஆதரிப்பதான மனப்பதிவை உருவாக்கியது பிழையாகத் தோன்றியது. அதைப் படித்ததும் அவரிடம் பழகியிருந்ததால் எனக்கு வெட்கம் ஏற்பட்டது.

அவர் அதை எப்படி வாங்கிக்கொண்டார் என்பது தெரியவில்லை. பழைய காலத்து நடைமுறையில் வந்தவர்களுக்கு தாங்கிக்கொள்வது கஷ்டந்தான்.

❍ ❍ ❍

பின்னிணைப்பு

கவிமணி தந்த கருத்துகள்

சுமார் ஐந்து மாதங்களுக்கு முன்னால் (ஆகஸ்ட் 1954) ஒருநாள் நானும் கவிஞரான என் நண்பருமாக, கவிமணி தேசிக விநாயகம் பிள்ளையவர்களைக் கண்டுவருவதற்காகப் புத்தேரி சென்றோம். நாகர்கோவில் நகரத்துச் சந்தடியிலிருந்து விலகி, நாங்கள் சென்ற பஸ் புத்தேரிக் கிராமத்தை அடைந்தது. பஸ்ஸிலிருந்து இறங்கினோம். அப்போது கடுமையாக வெயில் காய்ந்தது. எனினும் நாஞ்சில் வளநாட்டின் சூழ்நிலை வெயிலின் வெம்மையைச் சமனப்படுத்தியது. தூரத்தே அரண் வகுத்து நிற்கும் நீலமலைச் சிகரங்கள், சிகர வடிவங்களைப் பிரதிபலித்து அசையும் பரந்த ஏரி நீரின் குளுமை, வயல் வெளியிலிருந்தும் தென்னஞ் சோலைகளிலிருந்தும் சிலுசிலுத்து வீசிய காற்று – எங்களுக்கு வெயிலின் உக்கிரமே தோன்றவில்லை.

'கவிமணிப் பாட்டா'வின் வீடு உள்ள திசையில் திரும்பியதும் பக்கத்திலுள்ள கோயிலில் மணி அடித்தது.

"சுப சூசகம்தான்!" என்றார் நண்பர்.

"சுப சூசகமோ இல்லையோ? தேவி விழித்துக்கொண்டிருந்தால் சரி" என்றேன் நான்.

கவிமணியின் வீடுள்ள சிறிய சந்தினுள் நுழைந்து, கவிமணி அவர்கள் தங்கும் அந்தச் சிறிய, சுத்தமான அறைக்குள் பிரவேசித்தோம்.

"யாரது?" – மெல்லிய குரல் கேட்டது. ஆம். தமிழன் குரல்! கவிமணி விழித்துக்கொண்டுதான் இருந்தார்.

ஜன்னலோரத்தில் நார்க்கட்டில். அந்தக் கட்டிலில்தான் முக்கால் நூற்றாண்டுக் காலமாகத் தமிழுக்கு உணர்வு ஊட்டிவந்த கவிமணி, பார்த்தவர்கள் கண் கலங்கும் நிலையில் படுத்துக் கிடந்தார். சதையெல்லாம் வடிந்து வற்றி எலும்பெடுத்து விகாரமாகி விட்ட உடம்பு; அந்த உடம்பிலே வியாதியின் உபாதை; வேதனை. அசைய முடியாதவாறு 'கிடை'யிலே வைத்துவிட்ட நோய்க் கொடுமை. இத்தனையையும் தாங்கிக்கொண்டு அந்த மெலிந்த உருவம் படுத்திருந்தது. எனினும் அந்த வற்றிய உடம்பிலிருந்து அந்தச் சமயத்திலும் முற்றிக் கனிந்த தமிழ் கணீரென்று ஒலி செய்தது; தடுமாற்றமில்லாத சிந்தனை; குழப்பமில்லாத கருத்து.

இம்முறை நான் கவிமணியைக் கண்டுவரச் செல்லும்போது அவரது உடல்நிலையைக் கண்டுவர மட்டும் செல்லவில்லை. தமிழ் இலக்கியம் பற்றியும் தமிழர் வாழ்வையும் தமிழ் நாட்டையும் பற்றியும் கவிமணியின் கருத்துகள் பலவற்றையும் தெரிந்துகொள்ளும் நோக்கத்துடனும் சென்றேன். எனவே சிறிது நேரம் வேறு விஷயங்களைப் பற்றிப் பேசிவிட்டு நான் அவரிடம் கேட்டுத் தெரிந்துகொள்ள விரும்பிய சில வினாக்களைக் கேட்கத் தொடங்கினேன். எனது கேள்விகளுக்கெல்லாம் கவிமணி உற்சாகத்தோடும் மகிழ்ச்சியோடும் தமது அருமையான பதில்களைக் கூறிவந்தார்.

"தங்கள் வாழ்நாளில் தமிழ் இலக்கியம் எந்த முறையில் வளர்ந்திருக்கிறது? எந்த முறையில் வளர வேண்டும் என்று தாங்கள் விரும்புகிறீர்கள்?" என்று கேட்டேன் நான்.

கவிமணி உற்சாகத்தோடு கூறினார்: "தமிழுக்கு என்ன குறைவு? அது வளர்ந்துகொண்டுதான் வருகிறது. பழைய நூல்களெல்லாம் தமிழ் மக்களிடம் நன்கு பரவிவருகிறது. ஏன்? இன்று அதற்கெல்லாம் எளிமையான உரைகளும் வந்துகொண்டிருக்கின்றன. தமிழ் மக்களும் அவற்றை ஆவலோடு படித்துவருகிறார்கள். பத்துப் பதினைந்து வருஷங்களுக்கு முன்னால்கூட இந்த உணர்ச்சி இல்லை. தமிழ்ப் பண்டிதர்களின் கைக்குள் (கவிமணி இரு கைகளையும் பிணைத்து அபிநயித்துக் காட்டி) தமிழ் சிக்கித் தவித்துக்கொண்டிருந்தது. அன்று அவர்கள் வைத்தது சட்டம். இன்று அப்படியா? சாதாரணக் குதிரை வண்டிக்காரனும் பத்திரிகை படிக்கிறான். அவனும் இலக்கியம் பேசுகிறான். ஆனால் இது மட்டும் போதுமா? போதாது. தமிழில் இன்னும் விஞ்ஞானம் போதிய முறையில் வளரவில்லை. வந்த நூல்களிலும் தெளிவு காணாது. ஒன்றிரண்டு பார்த்தேன். மேல்நாட்டு விஞ்ஞான வார்த்தைகளுக்கெல்லாம் தமிழ் வார்த்தைகள் கண்டுபிடிப் பதிலேயே மூளை பூராவும் காலியாய்விடுகிறது போலிருக்கிறது. (இதைக் கூறியவாறே கவிமணி சிரித்துக்கொண்டார்.) ஆனால் போகப்போக நல்ல நூல்கள் வெளிவரும். இன்று தமிழுக்கு ஏற்பட்டிருக்கும் மறுமலர்ச்சிக்கெல்லாம் பாரதிதான் காரணம். மறுக்க முடியுமா, இதை? பாரதி கவிராஜன் ..."

கவிமணியின் பேச்சு திடீரென்று தடைப்பட்டது. உபாதையினால் "அம்மாடி!" என்று முனகினார்; தாங்க முடியாதவாறு இருமினார். எனவே அவர் பாரதியைப் பற்றிச் சொல்லவந்த விஷயம் அறுபட்டுப் போயிற்று. சிறிது நேர அவகாசத்துக்குப் பின்னர் நான் இன்னொரு கேள்வியைக் கேட்டேன்.

"தேசிய இயக்கத்தால் தமிழ்மொழி சகலருக்கும் புரியக் கூடியதாகவும் புதிய விஷயங்களைத் தருவதாகவும் வளர்ந்துவந்திருக்கிறது. எனவே மக்களின் இயக்கத்தோடு ஒட்டியிருந்தால்தான் இலக்கியமும் மொழியும் வளர்ச்சி பெறுகிறது. கடந்த இருபதாண்டு இலக்கிய வளர்ச்சி இந்த உண்மையைத்தானே பிரதிபலிக்கிறது?"

கவிமணி பதில் தந்தார்: "தேசிய இயக்கம் தமிழை ஓரளவு மக்கள் மத்தியில் பரவச் செய்தது. எவ்வளவு பேச்சு, பாட்டு, கட்டுரைகள் எல்லாம்! தமிழ் என்பது ஏட்டிலே மட்டுமில்லை. பேச்சிலும் நுழைந்து விட்டது. விரும்பினாலும் விரும்பாவிட்டாலும் எல்லார் காதிலும் மேடைப் பேச்சு விழத் தொடங்கிவிட்டது. தமிழின் கடினம் குறைந்து, அனாவசிய மான அலங்காரங்கள், சோடனைகள் குறைந்து, பாமரனுக்குப் புரிந்துகொள்ளும் படியாகிவிட்டது. மக்கள் இயக்கத்தோடு ஒட்டியிருந்தால் மொழியும் இலக்கியமும் வளரும் என்பதில் சந்தேகமில்லை. இலக்கியம் மட்டும் என்ன? எல்லாமே அப்படித்தான். விஞ் ஞானம், சங்கீதம் எல்லாம் மக்களுடன் நெருங்கிப் பழகும் வரையிலும்தான் அதன் சக்தி ஓங்கி நிற்கும், எத்தனை மொழிகள் மக்களுடன் தொடர்பில்லாமல் மறைந்துபோய் விட்டன, பாருங்கள். மக்களோடு தொடர்பு இருந்தால்தான் மொழி காலத்துக்கேற்றபடி வளரும். பலதரப்பட்ட அறிஞர்களும் மொழியைக் கையாள முடியும்."

நான் மூன்றாவது கேள்வியைத் தொடங்கினேன்: "சரி. இலக்கியத்தின் கடமை என்ன? மக்களின் பண்பையே மழுங்கடிக்கும் பல இலக்கியங்கள் வெளிவருகின்றனவே. அவற்றைத் தடுக்க இலக்கிய கர்த்தாக்கள் என்ன செய்ய வேண்டும்?"

கவிமணி பதிலளித்தார்: "மோசமான புத்தகங்கள் பல வந்துகொண்டிருக்கின்றன என்று சொல்லுகிறார்கள். நல்லவேளை! இந்தத் திருக்கூத்தை எல்லாம் நான் பார்க்க வில்லை. ஆனால் அதற்கு நாம் என்ன செய்ய முடியும்?

நாம் கண்டிக்கலாம்; விமர்சிக்கலாம். எழுதுகிறவன் கேட்க வேண்டாமா? அவன் அதற்காகவே கச்சை கட்டிப் புறப்பட்டிருக்கிறவன். நாம் என்ன சொல்லக்கிடக்கிறது? காலம்தான் அதற்கெல்லாம் பதில் சொல்லும். அவையெல் லாம் காலத்தோடு அடிபட்டுப்போகும். நதியில் புது வெள்ளம் வருகிறது. எதிர் நீச்சல் போடுவதென்றால் லேசான விஷயமா? பலசாலி கரைக்கு ஏறி வருவான். சோனி வெள்ளத்தோடு போய்விடுவான். 'குதிக்காதே. ஆற்றோடு போய்விடுவாய்' என்று நாம் சொன்னால், 'நீ யாருடா சொல்ல, நான் சோனியென்று?' என்பான் ஹூம். இருக்கத்தான் செய்யும் இதெல்லாம். தினசரி வீட்டைப் பெருக்குகிறோம். சுரணையுள்ள குப்பையென்றால் மறுநாள் வருமா? திரும்பத் திரும்பப் பெருக்கித் தள்ள வேண்டியதுதான்!"

நான் குறுக்கிட்டேன். "பெருக்கித் தள்ள வேண்டாமா என்றுதானே நாங்களும் கேட்கிறோம்!"

கவிமணி சிரித்தார்; வாய்விட்டுச் சிரித்தார். "பெருக்கத்தான் வேண்டும். அதற்கு நம் கையில் வாரியல் (விளக்குமாறு) இல்லையென்றுதானே சொல்லுகிறேன்" என்று கூறிவிட்டு, பின்னர் அழுத்தம் தொனிக்கக் கூறினார்: "கவலைப்படாதீர்கள். அதையெல்லாம் காலம் கொண்டு போய்விடும்!"

நான் மறுகேள்வியை எழுப்பினேன்: "மனிதத் தன்மையை யும் மனித வாழ்வையும் வளப்படுத்துவதற்குத்தானே இலக்கியம் பயன்பட வேண்டும். இல்லையா?"

"இலக்கியத்தின் நோக்கமே அதுதான். மக்களை வளப்படுத்தி அவர்களுக்கு வலுவூட்டி அவர்களை வாழ்க்கைக்குத் தகுதியாக்குவதே இலக்கியத்தின் நோக்கம். வாழ்வுக்குத்தான் இலக்கியம் பயன்பட வேண்டும். இதை நான் பிரசங்கங்களில் சொல்லியிருக்கிறேனே!" என்றார் கவிமணி.

அடுத்தாற்போல் நான் கவிமணியிடம் பாரதியைப் பற்றி நீண்டதொரு கேள்வியைக் கேட்டேன்: "பாரதியைப் பற்றி இரண்டு கருத்துகள் தமிழ்நாட்டில் நிலவுகின்றன. சிலர் பாரதியை வேதாந்தி என்கிறார்கள். சிலர் பாரதியை மக்கள்கவி என்கிறார்கள். இது பற்றித் தங்கள் அபிப்பிராயம் என்ன? பாரதியை வேதாந்தியாகச் சித்திரிக்கும் விமர்சகர்கள் பாரதி மக்களின் துன்ப துயரங்களைப் பற்றிப் பாடியுள்ள பாடல்களை அற்பாயுள் பாடல்கள் என்றும் துன்ப துயரங்கள் தீர்ந்துவிட்டால் அந்தப் பாடல்களும் தீர்ந்துவிடும் என்றும் கூறுகிறார்களே. அது பற்றித் தங்கள் கருத்தென்ன? ஏனைய தமிழ்ப் புலவர்களைவிட, பாரதி அதிகமான செல்வாக்குப் பெற்றிருப்பதற்கு முக்கியக் காரணம் என்ன? பாரதியைப் பின்பற்ற வேண்டிய எழுத்தாளர்கள் எந்த அம்சத்தைக் கருத்தில் கொள்ள வேண்டும்?"

கவிமணி கூறியதாவது:

"பாரதி : அவன் மகான். தமிழை அற்புதமான முறையில் கையாண்டிருக்கிறான். அந்த எளிமையின் காரணமாக அவனுக்கு எல்லோர் நெஞ்சிலும் இடம் கிடைத்தது. மக்கள் அவனைப் புரிந்து கொண்டாடினார்கள். பாராட்டினார்கள். ஆனால், ஒவ்வொரு கொள்கை உடையவனும் கவிஞனைத் தனக்கு வக்கீல் ஆக்கப் பார்க்கிறான். உதாரணமாக ... எதற்கு அதெல்லாம்? நான் பேர் சொல்லவில்லை ... சுருக்கமாக, அதுதான் காரணம். பாரதி இதைப் பற்றித்தான் எழுதியிருக்கிறான் என்று சொல்ல முடியுமா? அவன் சீர்திருத்தப் பாடலும் பாடியிருக்கிறான். சமூகப் பாடல்களும் பாடியிருக்கிறான். தேசியப் பாடல்களும் பாடியிருக்கிறான். கடவுள் தோத்திரங்களும் பாடியிருக்கிறான். அதனால் பாரதி 'இப்படிப் பட்டவன்' என்று சொல்ல முடியாது. சந்தையில் காய்கறி வைக்கிற மாதிரி கவிஞனைக் கூறுபோட முடியுமா? கேட்பவன் சிரிப்பானே ...

"சாதாரண விஷயங்களைப் பற்றிப் பாடினால், விஷயம் முடிந்ததும் கவிதை மறந்துதான் போகும். இதை யாரிடம் கேட்க வேண்டும்? நாலு நாளைக்கு முன் ஒரு பையன் வந்தான். அவர்கள் ஊரில் கிணறு இல்லையாம். அதைக் கவிதையாக எழுதி இருக்கிறான். கிணறு தோண்டுவதுவரை அதற்கு ஆயுசு உண்டு. 'என்று தணியுமிந்த சுதந்திர தாகம்' என்ற பாரதி பாடலை இன்று எந்த மேடையிலாவது கேட்க முடிகிறதா? காரணம் என்ன? அந்தக் கவிதைக்கு இன்று விடை கிடைத்து விட்டது. நாம் சுதந்திரம் பெற்றுவிட்டோம். எல்லாப் பாட்டுகளும் இப்படி மறைந்து போகுமா? போகாது. பாரதி இன்னும் எவ்வளவோ விஷயங்களைப் பற்றியும் பாடியிருக்கிறானே!"

கவிமணியின் இந்தப் பதிலைக் கேட்டதும், எனக்கு வேறொரு கேள்வியையும் கேட்க வேண்டும் என்று தோன்றியது; கேட்டேன்:

"சரி. கவிஞன் என்பவன் காலத்துக்கு எப்படிக் கட்டுப்பட்டவன்? எப்படிக் கட்டுப்படாதவன்?"

"கேள்வி புரியவில்லையே!" என்றார் கவிமணி.

"கவிஞன் தான் வாழும் காலத்தையும் அந்தக் காலத்தில் நிலவும் கருத்தோட்டங்களையும்தானே தனது கவிதையில் பிரதிபலிக்க முடியும்! அவற்றை மீறி அவனால் ஒன்றும் செய்ய முடியாதல்லவா?" என்று விளக்கிக் கேட்டேன் நான்.

"கவிஞனும் மனிதன்தானே. அவனுக்கு மட்டும் என்ன, தலையில் கொம்பா? காலம் சாதாரண மனிதனிடம் உண்டுபண்ணும் கருத்து வேற்றுமைகளுக்கும் இதர அனுபவங்களுக்கும் கவிஞனும்தான் ஆளாகிறான். கவிஞன் காலத்துக்குக் கட்டுப்பட்டவன்தான். காலத்துக்கு மீறினவன் அல்ல. பாரதி பதினேழாம் நூற்றாண்டில் பிறந்திருந்தால் சுதந்திரப் பாடல்கள் பாடியிருப்பானா...?"

கவிமணியின் பேச்சு தடைப்பட்டது. அவர் பேச்சை நிறுத்திவிட்டு, குடிக்கத் தண்ணீர் கேட்டார். எனது நண்பர் கவிமணியின் வாயில் மெதுவாகத் தண்ணீரை ஊற்றினார். தண்ணீரைப் பருகிவிட்டு, அயர்ந்து கண்களை மூடினார் கவிமணி.

"தங்களுக்கு ஆயாசமாயிருந்தால் இன்னொருமுறை பேசிக்கொள்ளலாமே" என்றேன்.

உடனே கவிமணி கண்களைத் திறந்துவிட்டார்; திடீரென்று அவருக்கு உற்சாகமும் தெம்பும் பிறந்துவிட்டன. "ஆயாசமா? அது ஒன்றுமில்லை. நானே பேச்சுத் துணைக்கு ஆளில்லாமல் இந்தத் தனிமையான இடத்தில் கிடந்து தவிக்கிறேன்... இன்னும் எத்தனை நாளுக்கு இந்தக் கஷ்டமோ?... சரி நீங்கள் என்ன கேட்டீர்கள்?" என்று மீண்டும் பேசத் தொடங்கிவிட்டார்.

நான் அடுத்த கேள்வியைக் கேட்டேன்: "அதிகப்படியான மக்கள் படிக்கிறார்கள் என்பதால் ஒரு புத்தகமோ பத்திரிகையோ இலக்கியம் ஆகிவிட முடியுமா?"

"அதெப்படி ஆக முடியும்? அதிகப்படியான மக்கள் படிப்பதால் மட்டும் ஒரு புத்தகம் சிறந்ததாகிவிடாது. புத்தகத்தின் தரத்தில்தான், சாராம்சத்தில்தான் அதற்கு மதிப்பு ஏற்படுகிறது; அது இலக்கியமாகிறது" என்றார் கவிமணி.

"எழுத்தாளருக்கு நிதி திரட்டிக் கொடுப்பது, போட்டிப் பரிசுகள் கொடுப்பது பற்றித் தங்கள் கருத்து என்ன? எழுத்தாளருக்கு வாசகர்கள் செய்யக்கூடிய பிரதிபலன் என்ன?" – இது எனது அடுத்த கேள்வி.

கவிமணி இந்தக் கேள்விக்கு மிகவும் வருத்தத்தோடும் உணர்ச்சியோடும் பதிலளித்தார்: "எழுத்தாளருக்கு நிதி திரட்டிக் கொடுப்பது நல்லதுதான். ஆனால் எழுத்தாளனை அந்த மாதிரி நிலையில் வைத்திருப்பது மகா கேவலம். என்ன செய்வது? இப்போதெல்லாம் எழுத்தாளனுக்கு ஏது

மதிப்பு. ரொம்பப் பேர் எழுத்துத் தொழிலை மேற்கொண்டு கஷ்டப்படத்தான் செய்கிறார்கள். உங்கள் புதுமைப்பித்தன் கதையும் அப்படித்தானேய்யா!”

அடுத்தாற்போல் என் மனத்திலிருந்து இன்னொரு கேள்விக்குக் கவிமணியின் விடையைத் தெரிந்துகொள்ள விரும்பினேன். எனவே பின்வருமாறு கேட்டேன்: “எழுத்தாளன் ஆஸ்திகனாகவோ நாஸ்திகனாகவோ இருப்பதைக் கொண்டு, அவனது இலக்கியத்துக்கு மதிப்புக் கொடுக்கலாமா? அல்லது அவன் மக்களுக்குப் பயன்படும் கருத்துகளைத் தருகிறானா, இல்லையா என்பதைக் கொண்டு அவனை மதிப்பிடுவதா?”

“ஒரு எழுத்தாளன் நாஸ்திகனாக இருந்தால், அவன் அதைத்தான் பரப்புவான். அதை ஆஸ்திகனால் ஒப்புக் கொள்ள முடியாது. ஆஸ்திகன் நாஸ்திகனை வெறுக்கத்தான் செய்வான். ‘இவன் நாஸ்திகனானாலும் இவன் புத்தகத்தை நான் விரும்புகிறேன்’ என்று எந்த ஆஸ்திகனும் சொல்ல மாட்டான். அப்புறம் அவன் கருத்துகளைப் பற்றி என்ன சொல்ல இருக்கிறது? அவனுடைய சிஷ்யர்கள்தான் அவனைப் பாராட்ட வேண்டும்” என்று பதிலளித்தார் கவிமணி.

இலக்கியச் சம்பந்தமான இந்தக் கேள்விகளுக்குப் பின்னர், நான் கவிமணியிடம் தமிழ்மொழியையும் தமிழ்நாட்டையும் பற்றிச் சில கேள்விகளைக் கேட்டேன். அவற்றுக்கும் கவிமணியவர்கள் தெளிவோடும் தீர்க்கபுத்தி யோடும் பதிலளித்தார்.

“பிறமொழிக் கலப்பினால் ஒரு மொழி எவ்வாறு வளர்ச்சியடைய முடியும்? அன்னிய மொழி ஆதிக்க மொழியாயிருந்தால் தேசிய மொழி வளர்ச்சியடைய முடியுமா? அன்னிய மொழிக்கு ஒரு நாட்டில் கொடுக்கவேண்டிய ஸ்தானம் என்ன? ஒரு நாட்டில் தாய்மொழிதானே ஆட்சி மொழியாயிருக்க வேண்டும்?” என்று கேட்டேன் நான்.

"தன் மொழியில் இயல்பாய் இல்லாத புதிய வார்த்தை களைப் பிற மொழியிலிருந்து எடுத்துக்கொள்ளலாம். சுத்தத் தமிழ்தான் வேண்டுமென்று சொல்வது சரியல்ல. அப்படி ஒரு மொழியும் கிடையாது. ஆங்கிலத்தை எடுத்துக் கொள்ளுங்கள். அது எப்படி வளமுள்ள மொழியாயிற்று? கதவைத் திறந்துகொடுத்துத்தான். அவர்கள் தாராளமாகப் பிறமொழிச் சொற்களை எடுத்துக்கொள்கிறார்கள். ஆனால் பிறமொழியை நாம் நம் மொழிமேல் குதிரை ஏற மட்டும் விட்டுவிடக் கூடாது. அன்னிய மொழி கல்வித் துறையைப் பொறுத்தவரையில் இஷ்ட பாடமாகவே இருக்க வேண்டும். பிரியமுள்ளவன் படித்துக்கொள்கிறான். அன்னிய மொழியைக் கண்டிப்பாய்ப் படிக்க வேண்டும் என்ற நிர்ப்பந்தம் கூடாது. அறிஞர்கள் பல மொழிகள் கற்க ஆசைப்படுவார்கள். அவர்கள் படித்துக் கொள்ளட்டும். எழுத்தாளர்களுக்கும் பல மொழிகள் தெரிவது நல்லதுதான். முக்கியமாக ஆங்கிலம் தெரிந்திருப்பது நல்லது. தாய்நாட்டில் தாய் மொழிதான் ஆட்சி மொழியாக இருக்க வேண்டும். அப்போதுதான் சாதாரண மக்கள் யதார்த்தமான பிரஜைகள் ஆவார்கள். அப்போதுதான் அவர்களும் நாட்டு நிர்வாகத்தில் பங்குகொள்ள முடியும்" என்று விளக்கமாகப் பதில் தந்தார் கவிமணி.

அடுத்து நான் பின்வரும் கேள்வியைக் கேட்டேன்: "ஒரு மொழி பேசுகின்ற மக்கள் சேர்ந்துதானே வாழ வேண்டும்? நாஞ்சில் நாடு, பிரஞ்சிந்தியா முதலியவற்றிலுள்ள தமிழர் தமிழ்நாட்டுடன் சேர்வதால் எவ்வாறு மேம்படமுடியும்?"

"மொழி வழி மாகாணம் ஏற்படத்தான் வேண்டும். அதை எப்போது செய்து முடித்தாலும் துன்பம் அனுபவிக்கும் ஜனங்களுக்கு அதன் மூலம் பரிகாரம் கொடுக்க வேண்டும். நாஞ்சில் நாட்டையும் தமிழ் நாட்டோடு சேர்க்க வேண்டியது மிக அவசியம். தமிழ் மக்கள் எத்தனை நாட்கள்தான் தாங்கிக்கொண்டிருக்க முடியும்? விரைவில் அவர்கள் கிளர்ச்சியில் இறங்கினால்கூட ஆச்சரியப்படுவதற்கில்லை..! அதே மாதிரி பிரஞ்சிந்தியா

போன்ற பகுதிகளும் இந்தியாவோடு சேர வேண்டியதுதான். இந்தப் பகுதிகள் இன்னும் ஆபத்தானவை. அவற்றை உடனே சேர்க்க வேண்டும். தமிழ் மக்கள் தாயகத்தோடு சேர்ந்தால்தான் தன்மானத்தோடு வாழ முடியும். நமது கலையும் கலாச்சாரமும் இலக்கியமும் தழைக்கும்" என்றார் கவிமணி.

ஆம். கவிமணி அவர்கள் கூறியது போலவே இன்று பிரஞ்சிந்தியா தாயகத்துடன் சேர்ந்துவிட்டது. நாஞ்சில் நாட்டிலும் தாயக இணைப்புக் கிளர்ச்சி வெடித்துவிட்டது! ஆனால் கவிமணியவர்களுக்குத்தான் இவற்றைக் காணும் வாய்ப்பில்லாதுபோய்விட்டது...

"இந்தியா பூராவும் மொழி வழி மாகாணங்களாகப் பிரிந்துதானே ஒன்றுபட்டு வாழ வேண்டும்? பல மொழி பேசும் மக்கள் ஒரு தேசத்தில் எப்படி இணைந்து வாழ முடியும்?" என்று அடுத்துக் கேட்டேன் நான்.

"அதைத்தான் சொல்லிவிட்டேனே, மொழி வழி மாகாணம் ஏற்படுவதால் நாட்டின் ஐக்கியம் ஒன்றும் குலையாது. நிம்மதியாக வாழ முடியும். இந்தியா என்ற பொதுப் பரப்பின் கீழ் நாம் ஒன்றுபட்டு வாழ முடியும்" என்றார் கவிமணி.

"ஆந்திர ராஜ்யம் ஏற்பட்டதற்கு ஆந்திர மக்களின் பெரும் போராட்டம்தானே காரணம்! இல்லையா?"

"அவர்கள் எத்தனை நாட்களுக்குத்தான் பொறுத்துக் கொண்டிருக்க முடியும்? அணை உடைந்துவிட்டது!"

"சரி. தமிழ் ராஜ்யம் ஏற்பட நாம் என்ன செய்ய வேண்டும்?"

இந்தக் கேள்விக்குக் கவிமணியிடமிருந்து உடனே பதில் கிடைக்கவில்லை; சற்றுப் பொறுத்தும் பதில் கிடைக்கவில்லை. எனவே சிறிது கழித்து நான் மீண்டும் அந்தக் கேள்வியை எழுப்பினேன்.

அதன் பின்னர் கவிமணி தணிந்த குரலில் பதில் கூறினார்: "என்ன செய்ய வேண்டும்? ஆந்திரர்களைப் பின்பற்ற வேண்டும். மயிலே மயிலே இறகு போடு என்றால் போடுமா?... மெள்ள இழுத்து எடுக்க வேண்டியதுதான்!" இதைக் கூறும்போது கவிமணியின் முகத்திலே சிறு குழந்தையின் கள்ளமும் குறும்பும் நிறைந்த மெல்லிய சிரிப்பு ரேகை காட்டி மறைந்தது...

பின்னர் நாங்கள் கவிமணியிடம் வேறு பல விஷயங்கள் குறித்து அளவளாவிக்கொண்டிருந்தோம். நாங்கள் புத்தேரியில் இறங்கும்போது மணி மூன்று. சுமார் இரண்டரை மணி நேரம் கவிமணியவர்களிடம் பல கேள்விகளுக்கு விடை கேட்டுத் தெரிந்துகொண்டோம். கவிமணியின் வீட்டிலுள்ள சுவர்க் கடிகாரம் ஆறுமணி அடித்தது. அதற்கு மேலும் அவருக்குத் தொந்தரவு கொடுக்க விரும்பவில்லை. எனவே நாங்கள் புறப்படத் தயாரானோம்.

"சரி, நாங்கள் வரட்டுமா?" இருவரும் கவிமணியைக் கை கூப்பி வணங்கியவாறே எழுந்தோம்.

"சரி. போய் வாருங்கள். நல்லா இருக்கணும்!... எத்தனை நாட்களுக்குத்தான் நான் இப்படிக் கிடந்து கஷ்டப்படப்போகிறேனோ?... இன்னும் அழைப்பு வரவில்லை... போய் வாருங்கள்" என்று எங்களை வழியனுப்பி வைத்தார் கவிமணி.

சுந்தர ராமசாமி
சாந்தி, ஜனவரி 1955

புகைப்படம்

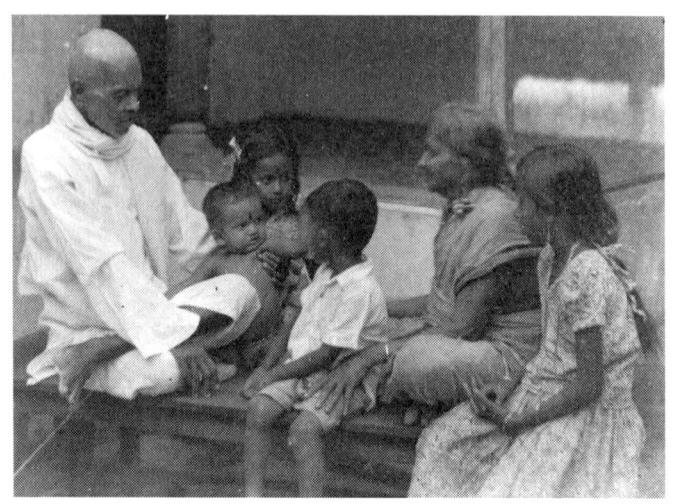

கவிமணி, மனைவி உமையம்மா பேரன் பேத்திகளுடன்

டி.க. சண்முகம் – கவிமணி – சா. கணேசன்

நாரண துரைக்கண்ணன் – கவிமணி – ம.பொ. சிவஞானம்

கவிமணி – ச. வையாபுரிப் பிள்ளை

கவிமணியின் வாழ்க்கைக் குறிப்புகள்

1876 ஜூலை 27 (மலையாள ஆண்டு 1050 ஆடிமாதம் 14ஆம் நாள் தாது வருஷம்; ஆயில்ய நட்சத்திரம்) கவிமணி பிறப்பு. தந்தை, தேரூர் சிவதாணு பிள்ளை; தாய், தாமரைகுளம் மாணிக்கவாசகம் பிள்ளையின் இரண்டாம் மகள் ஆதிலெட்சுமி.

1881 தேரூரில் ஆரம்பக்கல்வி; முதலில் படித்தது மலையாளம்.

1885 தந்தை மறைவு.

1893 தேரூர் சுடலைமாடன் கோவிலில் பலியைக் கண்டு 'நாடியறம் . . .' என்ற பாடலைப் பாடியது.

1886-89 தேரூர் வாணந்திட்டு திருவாவடுதுறை ஆதீனம் சாந்தலிங்கத் தம்பிரானிடம் தமிழ் இலக்கிய இலக்கணங் களைக் கற்றல்.

1887 கோட்டாறு அரசுப் பள்ளியில் படிப்பு (இந்தப் பள்ளி இப்போது கவிமணி தேசிக

விநாயகம் பிள்ளை நினைவு மேல்நிலைப் பள்ளி மற்றும் ஆசிரியப் பயிற்சிப் பள்ளி எனப்படுகிறது).

1893 எப்.ஏ. படிப்பு: திருவனந்தபுரம் ஆசிரியப் பயிற்சி நிறுவனத்தில் பயிற்சி.

திருநெல்வேலி உமையொருபாகக் குருக்கள் கோட்டாறு ஊரில் வைத்து சிவதீட்சை கொடுத்தல்.

1901 புத்தேரி குற்றாலம் பிள்ளையின் மகள் உமையம்மாளைத் திருமணம் செய்தல்; கோட்டாறு அரசு ஆரம்பப்பள்ளியில் ஆசிரியர் பணி; இதே பள்ளியில் ஆசிரியர் பயிற்சிப் பள்ளியின் அறிவியல் ஆசிரியர் பணி.

1902 திருவனந்தபுரம், மகளிர் ஆசிரியர் பயிற்சிப் பள்ளியில் ஆசிரியர் பணி.

1904 திருவனந்தபுரம் மகாராஜா பெண்கள் உயர்நிலைப் பள்ளியில் தமிழாசிரியர் பணி.

1905 திருவனந்தபுரம் மகாராஜா பெண்கள் கல்லூரி தமிழ் விரிவுரையாளர் பணி. 'சுங்காங்கடையில் கோட்டை' என்னும் ஆய்வுக் கட்டுரை எழுதுதல்.

1905–1910 கல்வெட்டு வரலாறு தொடர்பாக ஆழ்ந்த படிப்பு.

1909 நாஞ்சில் நாட்டு வெள்ளாளர் கட்டுரை எழுதுதல்.

Kerala Society Papers, Travancore times, 'தமிழன்' போன்ற இதழ்களில் ஆய்வுக்கட்டுரைகள் எழுதுதல்; தமிழகத்தில் சில இதழ்களில் குழந்தைப் பாடல்கள் வெளிவரல்.

1916–1917 'தமிழன்' பத்திரிகையில் 'மருமக்கள் வழி மான்மியம்' வெளிவருதல்.

1922–23 'நாஞ்சில் நாட்டு வேளாளருக்கு ஒரு கோட்டை வினாக்கள்' சிறுபிரசுரத்தை வெளியிடுதல். வையாபுரிப் பிள்ளையுடன் தொடர்பு ஏற்படல்.

1922 மார்ச் 11 வையாபுரிப்பிள்ளை பதிப்பித்த மனோன்மணியம் பதிப்புக்கு உதவுதல்.

திராவிடன் (சென்னை) தினப்பத்திரிகையில் 'மனோன்மணியத்தின் மறுபிறப்பு' கட்டுரை வெளிவரல்.

1920–30 திருவனந்தபுரத்தில் நீதிபதி கே.ஜீ. சேஷையர், எஸ். வையாபுரிப் பிள்ளை, தி. லட்சுமண பிள்ளை, கே.என். சிவராஜபிள்ளை, 'தமிழன்' பத்திரிகை ஆசிரியர் முத்துசாமிப் பிள்ளை ஆகியோருடன் இலக்கியம், தமிழக வரலாறு குறித்துத் தொடர்ந்து உரையாடுதல். மதுரை தமிழ்ச் சங்கத்துடன் தொடர்பு; திருவனந்தபுரம் சைவப் பிரகாச சபையில் திருக்குறள் ஆராய்ச்சி செய்தல்.

1926 அழகியபாண்டியபுரம் பெரியவீட்டு முதலியார் வீட்டிலிருந்து முதலியார் ஓலைச் சுவடிகளை அடையாளம் காணுதல்.

1930 வழக்குரைஞர் பி. சிதம்பரம் பிள்ளை மூலம் முதலியார் ஓலைச்சுவடிகளைப் பதிப்பித்தல். முதலியார் ஓலைச் சுவடிகள் பற்றி Kerala Society Papers இதழில் பெரிய கட்டுரை வெளியிடுதல்.

ராஜா கேசவதாஸ் பற்றிய 'திவான்வெற்றி' என்னும் கதைப்பாடலின் ஏட்டுச்சுவடியை டி.கே. ஜோசப்பின் உதவியுடன் பிரதி செய்தல். (பின்னர் 1943 அளவில் இது திருவிதாங்கூர் அரசால் வெளியிடப்பட்டது).

1931 ஆசிரியப் பணியிலிருந்து ஓய்வு பெறுதல்.

நாகர்கோவிலுக்கு வடக்கேயுள்ள புத்தேரி என்ற கிராமத்தில் தங்குதல்.

தீண்டாமை ஒழிப்புப் பிரச்சாரத்திலும் கதரியக்கத்திலும் ஈடுபட்டுத் தொண்டர்கள் பாடுவதற்கென்றே நாட்டார் சந்தங்களில் பல பாடல்களை இயற்றல்.

1932 ஸ்ரீவைகுண்டம் சுப்பிரமணிய பிள்ளை என்பவர் சிவகாமி வெளியீட்டகம் வழி கவிமணியின் கவிதைகளைத் தனித்தாளில் அச்சடித்துச் சாதாரணமாகத் தைத்துப் புத்தகமாக்கி, நண்பர்களுக்கு வழங்குதல்.

1926–36 சென்னைப் பல்கலைக்கழக தமிழ் லெக்சிகனின் ஆலோசகர் வையாபுரிப் பிள்ளையின் வேண்டுகோள்படி நாஞ்சில் நாட்டுப் பேச்சுவழக்குச் சொற்களைத் தொகுத்து லெக்சிகனுக்கு அளித்தல். வையாபுரிப் பிள்ளையின் பதிப்பு முயற்சிகளுக்கு உதவுதல்.

1936 'காந்தளூர்ச்சாலை' கட்டுரை பின்னிணைப்புகளுடன் சிறுபிரசுரமாக வெளிவரல்.

1938 மு. அருணாசலம் முயற்சியில் காரைக்குடி புதுமைப் பதிப்பகத்தாரின் வெளியீடாக 'மலரும் மாலையும்' தொகுதி வெளிவரல்.

1940 டிசம்பர் 24 சென்னை பச்சையப்பா கல்லூரியில் வைத்து நடந்த, சென்னை மாகாண ஏழாம் தமிழ் மாநாட்டில், த.வே. உமாமகேஸ்வரனார் 'கவிமணி' என்ற பட்டம் கொடுத்தல்.

1941 ஏப்ரல் 'இளந்தென்றல்' (குழந்தைப் பாடல்கள்) என்னும் தலைப்பில் ஒரு தொகுதியைக் காரைக்குடி புதுமைப் பதிப்பகத்தார் வெளியிடல். ஸ்டார் பிரசுரம், 'தேவியின் கவிக்கனிகள்' என்னும் தொகுப்பை வெளியிடல். திருவிதாங்கூர் பல்கலைக்கழகத் தமிழ்ப் பாடத்திட்டக்குழு உறுப்பினராதல்.

1942 புதுமைப் பதிப்பகத்தார் 'மருமக்கள் வழி மான்மியம்' நூல் வெளியிடுதல்.

1943 மே 12 ராஜா சர் அண்ணாமலை செட்டியார் வெள்ளிப் பாத்திரங்கள் கொடுத்து உபசரித்தல்.

1944 செப்டம்பர் 11 மதுரையில் பாரதியின் நினைவுக் கட்டடம் திறத்தல்.

1945 நாகர்கோவிலில் 70 விழா பாராட்டு; 'கவிமணி மலர்' வெளியிடுதல்; கவியோகி ஸ்ரீ சுத்தானந்த பாரதியார் கவிமணியின் வாழ்க்கை வரலாற்றை முதல்முதலாகத் தொகுத்து வெளியிடுதல்.

1945 கோட்டாறு கவிக்குயில் பதிப்பகத்தார் உமார் கய்யாம் பாடல்களை ஒரே தொகுப்பாக வெளியிடுதல்.

1948 செ. சதாசிவன் பிள்ளையின் 'கவிமணி வரலாறு' வெளிவருதல்.

1948 மே 14 நாகர்கோவிலில் நடந்த மூன்றாம் தமிழ் எழுத்தாளர் மாநாட்டில் வரவேற்புரை நிகழ்த்துதல்.

1949 சென்னை அரசு, பாரதியின் பாடல்களில் பாடபேதங்களைப் பரிந்துரைக்கும் குழுவில் உறுப்பினராக நியமித்தல்.

1950 ஜனவரி 6 கன்னியாகுமரியில் நடந்த தென்குமரி எல்லை மாநாட்டில் சிறப்புரை.

1950 அக்டோபர் – நாகர்கோவிலில் ஆர்.கே. சண்முகம் செட்டியார் தலைமையில் நடந்த கூட்டத்தில் பாராட்டுப் பெறுதல்.

அண்ணாமலை பல்கலைக்கழகத்தில் மதிப்புறு பேராசிரியராக அமர வேண்டி அழைத்தல்.

1950 டிசம்பர் 5 நாகர்கோவிலில், திருவாவடுதுறை மகாசன்னிதானம் ஸ்ரீலஸ்ரீ அம்பலவாண தேசிகர் பாராட்டுதல்.

1951 கவிமணியின் பாடல்களைப் பாரிநிலையம் வெளியிடப் பதிப்புரிமை பெறுதல்.

திருவிதாங்கூரில் பள்ளிகளில் கட்டாயப் பாடமாக இந்திமொழி புகுத்தப்பட்டபோது நாகர்கோவிலில் அறிஞர் பெருமக்களைக் கூட்டி எதிர்ப்புத் தெரிவித்து, அரசுக்கு அறிக்கை அனுப்புதல்.

1952 மே கவிமணி பிறந்த தேரூரில் ஊர்மக்கள் நினைவுச் சின்னம் அமைத்தல்.

பாரிநிலையம், 'கவிமணியின் உரைமணி'களை வெளியிடுதல். கவிமணியின் பெயரால் நாகர்கோவிலில் நூல் நிலையம் நிறுவப்படல்.

1953 ஜூலை பாரி நிலையம் 'தே.வி.யின் கீர்த்தனங்கள்' நூலை வெளியிடுதல்.

கல்கத்தா பாரதி தமிழ்ச்சங்கம், கவிமணி விழாவைக் கொண்டாடுதல்; மலர் வெளியிடுதல்.

1954 'மலரும் மாலையும்' செம்பதிப்பு வெளிவருதல். மு. சண்முகம் பிள்ளையின் பெரு முயற்சியால் இப்பதிப்பு உருவாக்கப்படல்.

கவிமணியின் கடைசிக் கட்டுரை 'வருங்கால அரசியல்மொழி' 'கலைக்கதிர்' இதழில் வெளிவருதல்.

1954 செப்டம்பர் *26* ஞாயிறு பகல் (மலையாள ஆண்டு *1130* புரட்டாசி மாதம் *7*ஆம் தேதி மகாளய அமாவாசை) மறைவு; அடக்கம் அன்று இரவு *2.30* மணிக்கு.

1999 கவிமணியின் நூல்கள் நாட்டுடைமை ஆக்கப்படுதல்.